स्त्री आणि पुरुष

वि. स. खांडेकर

मेहता पब्लिशिंग हाऊस

✆ +91 020-24476924 / 24460313 / Mob. No. 9545000513
Email : production@mehtapublishinghouse.com
Website : www.mehtapublishinghouse.com

STREE AANI PURUSH by V. S. KHANDEKAR

स्त्री आणि पुरुष : वि. स. खांडेकर / कथासंग्रह

Email : author@mehtapublishinghouse.com

मराठी पुस्तक प्रकाशनाचे हक्क : मेहता पब्लिशिंग हाऊस, पुणे.

प्रकाशक : सुनील अनिल मेहता, मेहता पब्लिशिंग हाऊस,
१९४१ सदाशिव पेठ, माडीवाले कॉलनी, पुणे – ४११०३०.

मुद्रक : ट्रिनिटी अ‍ॅकॅडमी फॉर कॉर्पोरेट ट्रेनिंग लिमिटेड

मुखपृष्ठ : अजय हातेकर

प्रकाशनकाल : १९४४ / १९४४ / १९५१ / १९९६ /
ऑक्टोबर, २००४ / सप्टेंबर, २०१५ /
पुनर्मुद्रण : ऑगस्ट, २०२०

किंमत : ₹ १३०

P Book ISBN 9788177665109
E Book ISBN 9788184986730
E Books available on : amazonkindle Apple Books Google Play Books

---

वामन माईणकर
व
सौ. वैजयंती माईणकर
यांस...

अनुक्रमणिका

आठ जून

खण-खण-खण-खण —

शाळेच्या घंटाचा तो कर्णकटू आवाज मुलींना विलक्षण मधुर वाटला. सर्वांच्या मुद्रांवर हास्याच्या छटा चमकू लागल्या. सर्वांनी हातांतील पुस्तके पटापट पिशवीत घातली, बाकांखालच्या वहाणा भराभर पायांत सरकविल्या आणि – त्या साऱ्या भुर्रकन बाहेर गेल्या असत्या! पण एकदम त्यांच्या लक्षात आले – बाई अजून खुर्चीवरून उठल्या नव्हत्या. त्यांच्या भिरभिरत्या नजरा एकदम निश्चल झाल्या. बागेतील असंख्य फुलपाखरांची हालचाल क्षणार्धात थांबावी, तसे सिंधूला वाटले.

ती खुर्चीवरून उठत हसतमुखाने म्हणाली, "चला, आता आपली भेट..."

एका धीट मुलीने तिचे वाक्य पुरे केले, "आठ जूनला!"

सिंधू हसली. हसत-हसत बाहेर पडणाऱ्या मुलींच्या त्या घोळक्याकडे पाहून तिच्या मनात येत होते – खुराड्याचे दार उघडताच कबुतरे अशीच बाहेर पडत असतील नाही? हिरव्या साड्या, काळ्याभोर वेण्या, गुलाबी फिती, निळे-जांभळे फ्रॉक, जणूकाही अनेक इंद्रधनुष्येच नाचत-नाचत वर्गातून बाहेर जात होती.

शेवटच्या मुलीने जाता-जाता मागे वळून पाहिले नि हसत म्हटले, "येते हं बाई!"

बाई! आज पाच वर्षे हा शब्द दररोज सिंधूच्या कानांवर पडत होता. पण आताच्याइतका तिला तो कधीच बोचला नव्हता. तिने सहज आपल्या हातातील मनीबॅग उघडली. आतल्या आरशात आपले प्रतिबिंब

पाहत असताना तिचे मन म्हणत होते – मराठी भाषाच हेंगाडी आहे. पंचवीस वर्षांची तरुण मास्तरीण झाली म्हणून काय तिला 'बाई' म्हणायचे? छे! आता शब्दकोशाची दुसरी आवृत्ती निघेल तेव्हा संपादकांना लिहायला हवे की, 'बाई' या शब्दाचा अर्थ पन्नाशी – निदान चाळिशी उलटलेली स्त्री असा स्पष्ट द्या.

सिंधू वर्गातून बाहेर आली, तेव्हा शाळेचे मोठे पटांगण मुलींनी नुसते फुलून गेलेले होते. एकमेकींशी बोलत लगबगीने फाटकाबाहेर पडणाऱ्या त्या मुलींकडे पाहून तिला वाटले, आपण एवढ्या लहान होतो, तेव्हा सुट्टीचा किती विलक्षण आनंद होत असे आपणाला!

पण आज सकाळी उठल्याबरोबर कॅलेंडरची तारीख बदलण्याकरिता आपण हात पुढे केला; काही केल्या २२ एप्रिल ही तारीख फाडावीशी वाटेना. २२ एप्रिल काय, २३ एप्रिल काय नि २४ एप्रिल काय – सारेच दिवस सारखे असे आपल्या मनात आले.

आपण तोंड धुवायला बाहेर आलो तेव्हा 'कुहू... कुहू' असा कोकिळेचा आवाज आपल्या कानांवर आला. आपण वर मान करून पाहिले. पलीकडच्या आंब्यावर बसून ती गात होती नि त्या आंब्याला लागलेले किंचित बाकदार छोटे आंबे किती सुंदर दिसत होते!

आपण म्हटले – सारेच दिवस सारखे नसतात. आता वसंताचे राज्य सुरू झाले!

शाळेतून घरी परत जाताना वरचे निरभ्र निळे आकाश एकसारखे सिंधूला म्हणत होते – आता वसंताचे राज्य सुरू झाले! खोलीवर येऊन ती कुलूप उघडणार इतक्यात शेजारच्या चिमुरड्या मीनाने 'शिंधूताई, कलवंदं हवीत तुम्हांना?' असा प्रश्न जरी तिला विचारला होता, तरी सिंधूला वाटले होते, आता वसंताचे राज्य सुरू झाले असेच, ती म्हणत आहे.

मीनाच्या हातातील दोन करवंदे तोंडात टाकून सिंधूने खोली उघडली. समोरच कॅलेंडर होते. तिला भास झाला – दरबारात भालदार-चोपदार ललकारतात त्याप्रमाणे ते कॅलेंडर मोठ्याने ओरडत आहे – '२३ एप्रिल! निगा रखो! २३ एप्रिल!'

तोंडातील करवंदांच्या बिया हातात घेऊन त्या टाकून देण्याकरिता ती खिडकीपाशी आली. करवंदांचा तो काळाभोर रंग, ती आंबट-गोड

रुची – त्या बिया करवंदांच्या पोटात असूनही त्यांना यांपैकी कशाचाच लाभ झाला नव्हता! तिचे अंतर्मन म्हणत होते – आपले आयुष्यही या बियांसारखेच नाही का? आपल्याभोवती....

टेबलावरील पुस्तकांकडे तिची दृष्टी गेली. पाच वर्षांपूर्वी केवढ्या उत्साहाने ती टेबलाजवळच्या या खुर्चीवर बसली होती! लहान मुलींच्या आयुष्याला वळण लावण्याचे पवित्र कार्य आपण अंगिकारले आहे, या श्रद्धेने तिने आपल्या कामाला सुरुवात केली होती. पुस्तके वाचायची, नोट्स काढायच्या, मोठमोठ्या स्त्रियांची चरित्रे मुलींना सांगायची, वादविवाद मंडळाकरिता भाषणे तयार करायची – किती गडबडीत गेले होते, तिचे पहिले वर्ष! पण पहिल्या वर्षाची गोडी दुसऱ्या वर्षी वाटली नाही! तिसऱ्या वर्षी तिला थोडा कंटाळाच आला. चौथ्या वर्षी 'तुम्हाला काही होत नाही,' असे डॉक्टर बजावून सांगत असतानाही ती मधून-मधून टॉनिक घेऊ लागली; आणि यंदा तर....

अनेकदा वर्गात शिकवीत असताना तिला मध्ये भास होऊ लागला, आपण एका देवळात बसून न दिसणाऱ्या देवाला अभिषेक करीत आहो नि ज्याचा अर्थ आपणाला कळला नाही, असे एक स्तोत्र म्हणत आहो. संध्याकाळी शाळा सुटल्यावर कधीकधी तिच्या मनात येई, पलीकडच्या गिरणीतील बायका साताला सुटतात नि आपण पाचाला सुटतो, एवढाच काय तो फरक!

आता पुन्हा आठ जूनला आपले शाळेतले सहावे वर्ष सुरू होणार. अशी किती वर्षे काढणार आहोत आपण? वर्षे मागे पडू लागली की गुन्हेगार कैद्यांची सुटकेची आशा बळावत जाते; पण समाजातील निरपराधी कैद्यांची स्थिती मात्र अगदी उलट असते.

कॅलेंडरपाशी जाऊन ती पुढील तारखा चाळू लागली. २४ एप्रिल, २५ एप्रिल... ७ मे, ९ मे... ६ जून, ७ जून! अबब! पंचेचाळीस दिवस! नि हे दिवस तरी काय थंडीतले आहेत? चांगले उन्हाळ्यातले! पहाटे साडेपाचलाच दिसायला लागते मे महिन्यात! नि संध्याकाळी साडेसात झाले तरी संधिप्रकाश पृथ्वीवर रेंगाळतच असतो. प्रियकर चुंबन घेऊन निघून गेला तरी प्रणयिनीच्या मनात त्याचे मधुर तरंग जसे....

सिंधू कॅलेंडरजवळून दचकून दूर झाली. आपल्यालाच सुचलेल्या

या उपमेचे तिचे तिलाच आश्चर्य वाटले. तिचे आतले मन म्हणत होते – 'त्यात काय आहे एवढे? असली उपमा सुचावी असेच वय आहे तुझे. तू मास्तरीण आहेस हे खरे! पण मास्तरीण म्हणजे काही जोगीण नव्हे.'

आणि तिचे पूर्ण समाधान व्हावे म्हणून वरचे मन म्हणत होते, 'अगं, हल्ली खूप-खूप कादंबऱ्या वाचतेस तू! त्यांतलीच कुठलीतरी उपमा असेल ही! परवा फडक्यांची 'अटकेपार' वाचलीस ना तू? त्यात.....'

तिने खिडकीबाहेर पाहिले. पोस्टाचा शिपाई समोरच्या चाळीत शिरत होता. दुसऱ्या मजल्यावर उभी असलेली एक तरुणी त्याला पाहताच लगबगीने खाली यायला निघाली. सिंधूला आठवले – गेल्या माघातच तिचे लग्न झाले होते! नि लग्नाचा मुहूर्त अगदी सकाळचा असूनसुद्धा आपण ते चुकविले. शाळेचे काहीतरी काम उकरून काढले आपण!

सिंधू पाहत होती – त्या तरुणीने पोस्टमनच्या हातातून एक पत्र जवळ-जवळ ओढूनच घेतले! लगेच तिच्या गालांवर गुलाब फुलले. तिच्या पतीचेच पत्र असले पाहिजे ते!

विषण्ण मनाने ती टेबलापाशी येऊन बसली. ती स्वत:शीच म्हणत होती – महिन्यामहिन्यांत पोस्टमनला आपल्या दाराशी उभे राहावे लागत नाही. आपल्याला पत्र पाठविणार तरी कोण? बिचारी आई खेड्यात असते. तिला काही लिहिता येत नाही. दर महिन्याला दहा रुपयांची मनिऑर्डर पाठविली की, तिची पोच म्हणून जो एक कागदाचा तुकडा येतो, त्याच्यावरील आईचा अंगठा हाच काय तो आपला पत्रव्यवहार. कॉलेजातल्या मैत्रिणींची पहिल्या पहिल्यांदा आपल्याला पत्रे येत होती; पण ज्यांची लग्ने झाली त्या आपल्या सुखात गढून गेल्या नि ज्यांची झाली नाहीत त्यांना आपल्यासारखी निरशी भरली. मिळून काय? तिने एक सुस्कारा सोडला.

तिला कॉलेजातील दिवस आठवले. त्या वेळी दोन-चार मुलांची तिला प्रेमपत्रे आली होती. त्या चावटपणाला उत्तर म्हणून त्या पत्रांचे तुकडे करून ते तिने त्या मुलांना साभार परत केले होते. आता तिला वाटले, आज आपणाला तशी पत्रे कोणी पाठविली तर? आपण ती

फाडून टाकू? छे!

एक्झरसाइज बुके तपासणे म्हणजे काही आयुष्य नव्हे. अकरा ते पाच परक्या पोरींपुढे पोपटपंची करीत बसणे म्हणजे काही जीवन नव्हे. कॉलेजातील त्या जोगाच्या मागणीला आपण त्या वेळी होकार दिला असता तर?

तर दरवर्षी जून ते एप्रिल एक्झरसाइज बुके तपासत बसणारे आपले हात कोणाच्या तरी धोतराच्या नाजूक निऱ्या करून ठेवण्यात नाहीतर कोणाच्या तरी गोजिरवाण्या चेहऱ्याला तीट लावण्यात गुंग होऊन गेले असते.

तिने अस्वस्थपणे मागे पाहिले. कॅलेंडरवरील २३ एप्रिल तारीख पुन्हा दिसली. तिला ८ जूनची आठवण झाली. पंचेचाळीस दिवस! प्रत्येक दिवसाचे चोवीस तास – प्रत्येक तासाची साठ मिनिटे नि प्रत्येक मिनिटाचे साठ सेकंद... कसा घालवायचा हा वेळ?

ती घड्याळाकडे पाहू लागली. टक्ऽऽटक् टक्ऽऽटक् हा आवाज तिच्या कानात घुमू लागला. घणांच्या घावासारखा वाटला तो तिला!

तिने टेबलाकडे पाहिले. अगदी मध्यभागी तिचा फोटो होता – ती मास्तरीण झाली, त्या वेळी तिने मुद्दाम काढवून घेतला होता तो. उजव्या हातातील जाळीदार पिशवीतून बाहेर डोकावून पाहणारी ती पुस्तके, डाव्या हातातील घड्याळाकडे पाहण्याची ती ऐट –

त्या फोटोचा असा राग आला तिला! तिने तो सर्रकन ओढला नि टेबलाच्या ड्रॉवरमध्ये खुपसून ठेवला.

टक्ऽऽटक्... टक्ऽऽटक्... पुन्हा तिच्या कानात आवाज घुमू लागला. तिला वाटले – आपले डोके अतिविचाराने हलके झाले आहे. त्यामुळे घड्याळाची टिक्ऽऽटिक्....

पुन्हा जोराने टक्ऽऽटक् असा आवाज झाला. आता कुठे तिचे दाराकडे लक्ष गेले. तिने झटकन पुढे होऊन दार उघडले. पोस्टमन तिच्यापुढे उभा होता.

आपले पत्र?

तिच्या कपाळाला आठी पडली. पत्र बहुधा आईचे असावे, तिने कुणाच्या तरी हातापाया पडून ते – तिने पत्रात लिहिले असेल – 'या सुटीत तरी घरी ये! दिवाळीला आली नाहीस म्हणून मला फार वाईट

वाटलं.’

आपली लेक पाहावी, ती आपल्याजवळ राहावी असे आईला वाटणे स्वाभाविक आहे. पण लेकीचा वेळ त्या गावंढळ गावात कसा जायचा बाई? तेथे केसरीखेरीज दुसरे वर्तमानपत्र दिसायचे नाही, तोंडाला लावायची पावडर संपली तर पीठ लावल्याशिवाय गती नाही नि आईला बरे नसले, तर फूऽऽफूऽऽ करीत चुलीपाशी बसल्याशिवाय पोटात दोन घाससुद्धा जायचे नाहीत.

मनात हे विचारचक्र फिरत असताना सिंधूचे डोळे हातातील पत्रावरून फिरत होते. तिची नजर खालच्या ‘तुझी कुंदा’ या शब्दांवर पोचली मात्र –

तिच्या डोळ्यांत विलक्षण समाधान चमकू लागले. ती घाईघाईने खोलीत आली नि २३ एप्रिलच्या तारखेला हातातील पत्र दाखवीत म्हणाली, “आता दीड महिना तुझंच राज्य इथं! ८ जूनला सकाळी येईन मी.”

कुंदेकडे आल्यापासून सिंधूला कसे मोकळे-मोकळे वाटत होते. पिंजऱ्यातून बाहेर पडलेल्या पाखराने झाडाच्या या फांदीवर बसावे, मग त्या फांदीवर जावे, मधून उगीचच कशाला तरी टोच मारावी, असे तिचे तेथे चालले होते.

कॉलेजात असताना कुंदा तिची जीवश्चकंठश्च मैत्रीण होती. गेल्या पाच वर्षांत दोघींची गाठसुद्धा पडली नव्हती, हे तर या आनंदाचे कारण होतेच; पण त्याहूनही मोठे असे दुसरे कारण म्हणजे सिंधू एक सुखी संसार पाहत होती.

कुंदेची खोली तिच्या खोलीएवढीच होती. पण या खोलीतील टेबलावर कुंदा नि भालचंद्र यांचा एक सुंदर फोटो, सुंदर पण कागदी पुष्पगुच्छ असलेली एक फुलदाणी, काव्याची नि कादंबऱ्यांची पुस्तके नि कुंदाचे केशभूषेचे सामान याशिवाय दुसरे काही नव्हते. एक्झरसाइज बुके, नोट्सची पुस्तके, चाकू, रबर, तांबडी-निळी पेन्सिल, तांबड्या शाईची दौत असली काही अडगळ नव्हती तेथे! एखाद्या जंगलातून बागेत यावे, तसे हे टेबल पाहून सिंधूला वाटले. ती मनात म्हणाली, ‘कुंदा मोठी भाग्यवान आहे.’

आणि सकाळपासून संध्याकाळपर्यंत कुंदा आणि भालचंद्र यांच्या

सहवासात असताना तिने दहादा तरी स्वत:शी हे वाक्य उच्चारले नाही, असा पुढल्या सव्वा महिन्यात एकही दिवस गेला नाही.

एके दिवशी कुंदेला बरे वाटत नव्हते म्हणून सिंधू एकटीच फिरायला गेली. चहा करण्याकरिता म्हणून ती लगबगीने परत फिरली. भालचंद्र लवकर उठत नाही हे तिला ठाऊक होते. पण ती घरी जाऊन पाहते, तो भालचंद्र कुंदेच्या अंथरुणापाशी बसून तिला चहा घेण्याचा आग्रह करीत आहे. कुंदा काही केल्या उठत नव्हती. तेव्हा शेवटी तो म्हणाला, ''लहान मुलाला मांडीवर घेऊन बोंडल्यानं दूध पाजतात ना? तसा चहा पाजीन हं मी तुला!''

सिंधू याच वेळी खोलीत गेली म्हणून भालचंद्र उठला; नाहीतर त्याने कुंदेवर तो नवा गोड प्रयोग करूनही पाहिला असता. भालचंद्र हसत-हसत निघून गेला. कुंदा मात्र उठली रडव्या मुद्रेनेच. सिंधूच्या मनात आले – मोठी नाटकी आहे ही कुंदा! आताच्या गमतीविषयी आपण थट्टा करू नये म्हणून डोकेदुखीने अगदी त्रासून गेल्याचे सोंग करतेय ती!

त्या दोघांबरोबर सिनेमाला गेल्यावरही सिंधूला हाच अनुभव येई, आणि मग समोरच्या चित्रपटापेक्षा जवळचा चित्रपट पाहण्यातच तिला मोठी मौज वाटे. हा चित्रपट मूक असे खरा; पण लहान-लहान नाजूक गमतींनी त्यातील गोडी वाढत असे. एकदा कुंदा थिएटरमध्ये खोकू लागली. लगेच भालचंद्राने आपल्या खिशातील लवंग काढून ती तिला देत म्हटले, ''एकच लवंग आहे हं! नि मलाही खोकला येण्याचं लक्षण दिसतंय! तेव्हा दातांनी तोडून अर्धी तू घे, उरलेली मी घेईन!''

कुंदा हल्ली गोल नेसू लागलेली पाहून सिंधूला नवल वाटले. कॉलेजात असताना ती नेहमी म्हणे, 'मी आपली सनातनी आहे. मला नाही हा सबगोलंकार आवडत!' तिच्या त्या वाक्याची आठवण होऊन सिंधूने जेव्हा तिला या बाबतीत प्रश्न केला, तेव्हा तिने हसून उत्तर दिले, ''मला अजूनही गोल नेसणं आवडत नाही.''

''तर... तर!''

''अगदी खरं सांगते.''

''मग काय कापड-दुकानदार अभिप्रायाकरिता तुझ्याकडे गोल पातळं पाठवतात वाटतं?''

“तसं नाही गं!”

“तुमच्या महिला परिषदेत परवा ठराव-बिराव पास झाला असेल बाई!”

“कसला?”

“साऱ्या बायकांनी गोल नेसलंच पाहिजे म्हणून!”

“मोठी चावट आहेस हं, तू सिंधू!”

“नि तू? मोठी लबाड झाली आहेस. गोल नेसणं मला आवडायला लागलं एवढी साधी गोष्ट काही कबूल करायला तयार नाहीस तू!”

“खरंच मला हे आवडत नाही. पण –” कुंदा लाजली नि बोलता-बोलता थांबली. त्या एका क्षणात तिच्या गालावर जी गुलाबी छटा येऊन गेली ती पाहून सिंधूला वाटले, संसार हा प्रात:काळसारखा प्रसन्न वाटतो, याचे कारण पत्नीच्या मुखावर अरुण खुलविण्याची कला पतीच्या प्रेमात असते हेच असले पाहिजे.

कुंदा पुढे काहीच बोलली नाही. पण भालचंद्राची आवड म्हणूनच ती गोल नेसू लागली असावी हे उघड होते.

एके दिवशी सिंधूला कुंदेच्या टेबलावर ठेवलेला आपला कंगवा सापडेना. गडबडीत कुंदेने तो घेतला असेल नि कोठेतरी ठेवला असेल, या समजुतीने तिने टेबलाचा एक खण उघडला. कंगवा त्यात नव्हता. पण इतर सटर-फटर वस्तूंबरोबर एक पत्रही त्यात पडले होते. सिंधूची जिज्ञासा जागृत झाली. तिने पत्राखालची सही पाहिली – ‘तुझाच – भालचंद्र.’ ते पत्र वाचण्याचा मोह तिला अनावर झाला.

पत्र वाचून होताच तिने आजूबाजूला पाहिले. मैत्रिणीला आलेले प्रेमपत्र वाचणे हा एक प्रकारचा गुन्हा होता. पण –

सिंधू मनात म्हणत होती – कुंदेला लहानसे बाळ झाले असते, तर त्याचे पापे घेतल्याशिवाय आपण राहिलो असतो का? हे पत्रही तसेच आहे. त्याच्यावर कुंदेचा हक्क असेल म्हणून काही ते आपण वाचू नये असे होत नाही.

चांदण्याच्या समुद्रात तरंगावे तसे काहीतरी ते पत्र वाचून तिला वाटले. त्यातील ती दोन-तीन वाक्ये तर तिला राहून-राहून आठवू लागली. दोन-तीन महिन्यांपूर्वी कुंदा माहेरी गेली होती. तेव्हा भालचंद्राने ते पत्र तिला लिहिले होते. पत्रात त्याने एक मोठी गोड तक्रार केली

होती. तो म्हणत होता, 'कुंदा, एक नि एक दोन असे लहानपणी माझ्या मास्तरांनी मला शिकविले होते; पण ते अगदी चूक आहे. माझा हल्लीचा अनुभव असा आहे की, एक नि एक मिळून सारे जग होते नि त्यातला कुठलातरी एक उणा झाला की दुसऱ्या एकाची किंमत शून्य होते!'

भालचंद्र कुठल्याशा बँकेत नोकरीला होता. त्यामुळे त्याने आपले प्रेमसुद्धा बेरीज-वजाबाकीच्या रूपाने व्यक्त केले होते. सिंधू मनात म्हणाली, हे प्रेमाचे गणित किती गोड आहे! नाही तर मी वर्गात शिकविते ती उदाहरणे – अ आणि ब काम करायला लागतात, ब मध्येच निघून जातो! छी-छी-छी! कुंदा फार-फार भाग्यवान आहे, म्हणून तिला असला प्रेमळ पती मिळाला!

एक महिनाभर ती कुंदेचे मनातल्या मनात असे कौतुक करीत होती. शेवटी ते कुंदेला बोलून दाखविल्याशिवाय आपणाला चैन पडणार नाही, असे तिला वाटू लागले. एके दिवशी बोलण्याच्या ओघात ती म्हणाली, "कुंदा, मोठी भाग्यवान आहेस तू!" आपले हे शब्द ऐकून कुंदा हसेल असे तिला वाटले होते. पण कुंदेने तिच्याकडे विचित्र नजरेने पाहिले. ती उत्तरादाखल काहीतरी बोलणारही होती. इतक्यात भालचंद्र एक पत्र घेऊन तेथे आला. ते पत्र कुंदेच्या मावसबहिणीचे होते. मंजूने कुंदेला लिहिले होते, 'उद्याच्या उद्या तुला यायलाच हवं माझ्याकडे. फार महत्त्वाचं काम आहे. भालचंद्रपंतांकडे पंधरा दिवसांची रजा माग चांगली. त्यांनी रजा शिल्लक नाही म्हणून सांगितलं तर कुठल्यातरी डॉक्टरचं सर्टिफिकिट दाखव त्यांना. सर्टिफिकिटाचे पैसे मी देईन. पण काही झालं तरी तुला यायलाच हवं! माझ्या गळ्याची शपथ आहे. नुसत्या माझ्याच गळ्याची नाही – तुझे दोन भाचे व एक भाची यांच्याही गळ्याची!'

कुंदा जायची तयारी करू लागली. ती सिंधूला 'बरोबर चल' म्हणत होती; पण मंजूला सिंधूने कधीच पाहिले नव्हते. परक्याच्या घरी जाणे तिला कठीण वाटू लागले. ती कुंदेला म्हणाली, "नाहीतरी पाच-सहा दिवसांनी मी जाणारच होते परत. थोडी आधी जाईन!"

कुंदेचा निरोप घेताना सिंधू तिला म्हणाली, "किती आनंदात माझा वेळ गेला इथं! त्याची आठवण म्हणून –" किंचित थांबून तिने कुंदेला

विचारले, ''तुझ्या टेबलावर तुमचा दोघांचा फोटो आहे ना? त्याची आणखी एखादी प्रत आहे का?''

कुंदेने नकारार्थी मान हलविली. सिंधू विचारात पडली. कुंदेच्या ते लक्षात येताच ती म्हणाली, ''तुला हवाय का तो फोटो? खुशाल घेऊन जा! तो कुठंतरी ट्रंकेतच ठेवून देणार होते मी!''

बिऱ्हाडी परत आल्यावर सिंधूने कॅलेंडरवरील २३ एप्रिल ही तारीख फाडली नाही. ती स्वतःशी म्हणाली, '७ जूनपर्यंत हीच तारीख राहू दे तिथं!'

तिचे एकाकी जीवन पुन्हा सुरू झाले. कुंदेच्या घरच्या मधल्या अनुभवांमुळे तर ते अधिकच कंटाळवाणे वाटू लागले तिला. सकाळी उठायचे, एकच कप चहा करायचा, तो एकट्यानेच प्यायचा, खाणावळीतला डबा येईल, तेव्हा एकट्यानेच जेवायचे, एकट्यानेच फिरायला जायचे... या एकटेपणाची आग तिला असह्य झाली. तिने नवीनवी पुस्तके आणून पाहिली; पण कुठल्याही पुस्तकाची पाच-दहा पाने वाचली की तिला कंटाळा येई. मग पुस्तक तसेच मिटून ती टेबलावरच्या भालचंद्र नि कुंदा यांच्या फोटोकडे पाहत राही. पाहता पाहता कुंदेच्या जागी तिला आपली आकृती दिसू लागे. पण भालचंद्राच्या जागी मात्र – तिने कितीही प्रयत्न केला तरी ती जागा शून्यच दिसे!

५ जूनला तिला कुंदेचे पत्र आले. त्यात तिने लिहिले होते – 'माझी मावसबहीण मंजू तुझ्या गावी येत आहे. तिच्या सासरच्या नात्यातलं एक लग्न आहे त्यासाठी. तिला मी तुझा पत्ता दिला आहे. फार बोलकी नि हुशार आहे ती. तुझी ओळख व्हावी अशी फार-फार इच्छा आहे तिची. पाच मिनिटांत पाच वर्षांची मैत्रीण होईल ती तुझी. तुला 'अहो, अहो' म्हणायचं नाही असं आत्ताच ठरवून ठेवलंय तिनं. तुझ्याकडे एक दिवस तरी मुद्दाम राहायला सांगितलं आहे मी तिला. ८ जूनला ती घरी परत येणार आहे. तेव्हा ७ जून रोजी ती तुझ्याकडे येईल. मी नि ती काही दोन नाही हे तुला....

'मी नि ती दोन नाही असं मी लिहिलं खरं! पण मंजूइतकी मी कुठं भाग्यवान आहे? सिंधू, तिची दोन्ही मुलं पाहिली की माझं भान अगदी हरपून जातं. माझ्यामागून दोनच महिन्यांनी लग्न झालं तिचं. पण इतक्यात तिला तीन मुलं झाली; नि मी मात्र –

'मुलं माझ्यापाशीच ठेवून मंजू जाणार आहे. अगदी धाकटी बेबीसुद्धा! काय लबाड पोर आहे म्हणतेस! मी तिची आईच आहे असं तिला वाटलं की काय कुणाला ठाऊक! मी जवळ घेतलं की दूध प्यायसाठी ती पदराशी झोंबू लागते. अशा वेळी माझ्या मनात काय कालवाकालव होते ती दुसऱ्याला सांगून समजायची नाही.

'माझ्यावर भालचंद्रपंतांचं फार-फार प्रेम आहे. पण सिंधू, खरं सांगू तुला? पतीच्या नुसत्या प्रेमानं पत्नीचं समाधान होत नाही. एखाद्या वेलीला खूप-खूप सुंदर पानं असावीत पण एकही फूल येऊ नये, तसं झालंय माझं आयुष्य! एके दिवशी तू म्हणाली होतीस, 'कुंदा, तू मोठी भाग्यवान आहेस!' पण मला वाटतं, मंजू खरी भाग्यवान आहे. देवानं काही म्हटल्या काही कमी केलं नाही तिला! ७ जूनला ती तुझ्या खोलीत कशी हसत-हसत येईल पाहा!''

कुंदेचे लिहिणे अक्षरशः खरे होते, याची ७ जूनला संध्याकाळी पाच मिनिटांत सिंधूला खात्री पटली. 'नमस्ते सिंधूताई' म्हणत मंजूने तिच्या खोलीत जे पाऊल टाकले, ते कुठेच स्थिर होईना! तिने सारी जागा बघितली, सिंधूच्या खुर्चीवर बसून एका कागदावर स्वतःच्या चार-पाच सह्या केल्या. टेबलावरील सारी पुस्तके चाळून पाहिली, खाटेवर बसून तिचा झोळणा झालेला नाही म्हणून आनंद व्यक्त केला नि शेवटी ती कॅलेंडरपुढे येऊन उभी राहिली. तेथील २३ एप्रिल ही तारीख पाहताच ती उद्गारली, ''अय्या! तुझ्यासारख्या विदूषींनी जगाच्या पुढं जायला हवं! असं मागं राहून चालायचं नाही! तिने टराटर मधल्या तारखांची पाने फाडली. शेवटी ७ जूनची तारीख फाडीत ती म्हणाली, ''उद्याचं काम आज करावं म्हणतात ना? हे पाहा –!''

सिंधू कॅलेंडरकडे टक लावून पाहू लागली. ८ जून! उद्या शाळा सुरू होणार! पुन्हा त्याच पिंजऱ्यात जाऊन बसायचे, तीच हरभऱ्याची डाळ खायची नि तीच पोपटपंची करायची! तिला ८ तारखेचा असा राग आला – कॅलेंडरवर तारखा नसून वर्षे असती, तर ती भराभर फाडून आपण २०४२ सालापर्यंत पोचलो असतो, असे ती स्वतःशी म्हणत होती. हो, २०४२ साली सिंधू म्हणून कोणी एक मास्तरीण होती, याची जगाला आठवणसुद्धा राहणार नाही.

सिंधू कॅलेंडरकडे टक लावून पाहत आहे, हे मंजूच्या लक्षात

आल्यावाचून राहिले नाही. ती तिच्यापुढे आली व तिच्या खांद्यावर हात ठेवून म्हणाली, ''सिंधूताई, तू खरी भाग्यवान आहेस!'' मंजू आपली थट्टा तर करीत नाही ना, असा सिंधूला भास झाला. छे! तिचे डोळे भावपूर्ण दिसत होते.

क्षणभर थांबून मंजू म्हणाली, ''कॉलेजात असताना मी नेहमी एक मनोराज्य करीत असे. पदवी घेतली की मास्तरीण व्हायचं, अगदी पुरुष राहतात तसं राहायचं, मुला-मुलींना शिकवण्याचं पवित्र कार्य करायचं! पण –''

मंजू मध्येच थांबली. तिच्या टपोऱ्या डोळ्यांत आलेला उदासपणा सिंधूला पुरेपूर जाणवला. तिचे समाधान करण्याकरिता ती म्हणाली, ''चाळीस मुलींची मास्तरीण होण्यापेक्षा तीन मुलींची आई होण्यात अधिक सुख आहे, मंजू.''

मंजू उद्‌गारली, ''सुख? संसार नि डोंगर दुरूनच सुंदर दिसतात, सिंधूताई. जगाच्या दृष्टीनं मी फार सुखी आहे. पण खरं सांगू? ज्वालामुखी आतल्या आत पेटलेला असतो ना, तसं झालंय माझं! पैसा आहे, पतीचं प्रेम आहे, चांगली तीन पोरं आहेत, पण –''

सिंधू मध्येच काहीतरी बोलणार होती; पण ओढ्याला पूर आला की त्या पाण्यात माणसाचे पाऊल ठरेनासे होते – तिच्या शब्दांची अशीच स्थिती झाली. मंजूच्या बोलण्याच्या ओघापुढे ते कुठल्या कुठे नाहीसे झाले.

सिंधूचा हात हातात घेऊन मंजू बोलू लागली. तिच्या शब्दांपेक्षाही तिच्या स्पर्शातून तिचे मनोगत सिंधूला अधिक स्पष्टपणे जाणवले. ती अगदी भावनावश होऊन बोलत होती.

''सिंधूताई, कॉलेजात असताना मी वक्तृत्वात बक्षिसं मिळवली होती, पण आता 'चहा हवा का?' म्हणून 'त्यांना' विचारण्यापलीकडे माझ्या वक्तृत्वाचा काही उपयोग नाही. पाच वर्षांत तीन बाळंतपणं झाली माझी! फिरायला जावं, सभेला जावं, काहीतरी करावं असं म्हटलं तर ते साधतच नाही कधी! अंगावरलं मूल सभेला घेऊन जावं अन् तिथं त्यानं भोकाड पसरावं! साऱ्या सभेचा विरस होतो मग! नि तीन मुलांतलं एक ना एक कशानं तरी आजारी असतंच. काही झालं तरी आईचा जीव. तो गप्प कसा बसणार? काळजी, जागरणं – एक ना

दोन! या धबडग्यात जीव कसा मेटाकुटीला येतो बघ! मुलं म्हणजे फुलं असं कवी म्हणतात ना? वेड्यांच्या इस्पितळात नेऊन ठेवायला हवं त्यांना! अगं, एक-एक मूल म्हणजे नारळाचं झाड. दहा वर्षं कष्ट काढावेत, तेव्हा कुठं ते मोठं होणार नि आपलं काम –''

मंजू मध्येच थांबली. सिंधूच्या खाटेवर बसत ती म्हणाली, ''तुरुंगातून पळून गेलेल्या कैद्याला कित्ती-कित्ती आनंद होत असेल! आज मी अगदी सुखानं झोपणार. आज शेजारी बेबीचं रडगाणं नाही नि बाबूचं दात खाणंही नाही. कुंदा बसेल तिकडे जागत मोठ्या हौसेनं. तिन्ही मुलांचा फोटो मागून घेतलाय तिनं माझ्याकडनं! पण म्हणावं – फोटो फसवे असतात. मुलं फोटोतच सुंदर दिसतात.'' रात्री झोपेपर्यंत मंजूची याच तऱ्हेची एकसारखी बडबड चालली होती नि सिंधू पुन:पुन्हा मनात म्हणत होती, 'हिला वक्तृत्वात बक्षिसं मिळाली असली पाहिजेत, हे अगदी उघड आहे.'

रात्री मंजू शांतपणाने झोपलेली पाहून मात्र सिंधूला फार आश्चर्य वाटले. तिने कल्पना केली होती – तिला मधूनच मुलांची आठवण होईल, मग ती या कुशीवरून त्या कुशीवर तळमळायला लागेल, आपण जाग्या आहो असे पाहून मुलांच्या खोड्या नि खेळ यांच्याविषयी ती बोलायला सुरुवात करील.

कल्पना नि सत्य यांत अनेकदा दोन ध्रुवांचे अंतर असते, अशी सिंधूची खात्री झाली.

दुसऱ्या दिवशी साडेदहा वाजता सिंधू व मंजू जेवल्या. सिंधू पुस्तकांची पिशवी हातात घेऊन शाळेला जायला तयार झाली. मंजू तिच्याजवळ जाऊन म्हणाली, ''एक गंमत करू या का?''

''कसली?''

''थोडा वेळ मी मास्तरीण होते! तुझ्या शाळेपर्यंत –'' लगेच तिने सिंधूच्या हातातील पिशवी ओढूनही घेतली.

एखादी लहान मुलगी नवा फ्रॉक घालून ऐटीने मिरवू लागते ना? मंजू रस्त्याने तसेच करीत होती. मध्येच कोणीतरी मंजूकडे पाहत सिंधूला विचारले, ''नव्या मास्तरीणबाई वाटतं?'' सिंधूने उत्तर द्यायच्या आत मंजू बोलून गेली, ''हो!''

शाळेसमोर सिंधूचा निरोप घेताना मंजू म्हणाली, ''अगं बाई,

विसरलेच की!''

''काय!''

''तुझा एक फोटो हवाय मला! तू पुस्तकं घेऊन शाळेला चालली आहेस असा!''

सुट्टी सुरू झाली त्या दिवशी टेबलाच्या खणात रागाने फेकून दिलेल्या आपल्या फोटोची आठवण सिंधूला झाली. फोटो फसवे असतात असे मंजूला सांगायचे तिच्या मनात आले. पण –

मंजूने अधीरतेने विचारले, ''पाठवून देशील ना?''

सिंधूने मानेने 'हो' म्हटले.

शाळेची घंटा खणखणू लागली – खण-खण-खण! सिंधूला वाटले, कैद्यांची तुरुंगात परतायची वेळ झाली की अशीच घंटा वाजवीत असतील, नाही?

सिंधूचा निरोप घेऊन मंद पावलांनी पुढे जाणाऱ्या मंजूच्या कानांत तो खणखणाट एकसारखा घुमत होता. तिच्या मनात येत होते, संसार हा 'यज्ञ' आहे, असे म्हणतात. पूर्वीच्या यज्ञांत मुक्या प्राण्याला बळी देताना पुण्यशील ऋषी असाच घंटानाद करीत असतील, नाही?

१९४२

◆

आक्का

“जावई म्हणजे सवाई शनी! शनीने स्वतःच्या बापाला त्रास दिला; पण हा शनी बायकोच्या बापाला छळायला मागे-पुढे पाहत नाही.” तात्या चडफडत म्हणाले.

सुधा दारात गोरामोरा चेहरा करून तात्यांचे भाषण ऐकत होती. काय करणार बिचारी? बाप आणि नवरा यांच्या कात्रीत हिंदू मुलीच्या आयुष्याच्या नेहमीच चिंधड्या होत असतात. हातातील पत्राकडे तिरसटपणाने पाहत तात्या पुढे बोलू लागले, “दिवे ओवाळा या जावयाच्या अकलेवरून. म्हणे तीन हजार रुपये कर्ज झाले आहे! काय बायकोला सोन्याने मढविली तीन हजार रुपये कर्ज व्हायला? मिशीला लावायला तूप नाही घरात आणि म्हणे तूपपोळी वाढा पानात! बाजीरावाचा बेटाच की नाही! तो बाजीराव जसा देशोधडीला लागला, तशी ही स्वारीही आता लागणार.”

“पण असे आहे तरी काय पत्रात, तात्या?” सुनेने सासूला विचारावे त्याप्रमाणे सुधेने भीत-भीत प्रश्न केला.

“आहे माझे फुटके कपाळ. आता तुला गोमांतकी आंबे मनमुराद खायला मिळतील. तुझे हे पतिराज चालले ना गोव्यात.”

“नोकरी-बिकरी मिळाली वाटते तिकडे?” आशेचा एक किरण मनात चमकून गेल्यामुळे किंचित उल्हसित स्वराने सुधेने प्रश्न केला.

“सावकारांच्या हातावर पैसे नाहीत, निदान तुरी तरी द्याव्यात, असा विचार केलेला दिसतो जावईबुवांनी. सुधे, कुठून गं तुला मी या राक्षसाच्या गळ्यात बांधली? विहिरीत लोटून दिली असती तर एकदाच पाण्यात बुडाली असतीस; पण आता रात्रं-दिवस डोळ्यांतून वाहणाऱ्या

पाण्यात तुझा जीव गुदमरून जाणार. तुला खाईत लोटली असती, तर एकदाच अंगाला चटका बसून तुझी राखरांगोळी झाली असती; पण आता दररोज अंगाची आग नि संसाराची राख होत असताना तुला हू की चू देखील करता येणार नाही.''

तात्यांच्या या कळवळ्याच्या भाषणाने सुधा अगदी गहिवरून गेली. ती त्यांच्याजवळ जाऊन म्हणाली, ''तात्या, असे काय बरे वेड्यासारखे बोलता? मागील जन्मी मी हरताळका मनोभावाने पुजली नसेल म्हणून तिकडून असे वागणे चालले आहे. एरवी स्वभाव वाईट का आहे? पण करायचे काय? म्हणतात ना, ग्रहण पौर्णिमेच्या चंद्रालाच लागते.''

''मीच काय असे पूर्वजन्मी पाप केले होते म्हणून मला असला जावई आणि तसलाच भाऊ मिळाला आहे. पाहा. मिरजेला कसा खोऱ्याने पैसा ओढतोय, पण आम्हाला इकडे खोऱ्याने माती खणून तीच पोटात भरावी लागतेय. चांगला पाठीला पाठ लावून आलेला भाऊ! पण वर्षाला शे-दोनशेवर एक पै देईल तर शपथ! नाही म्हणायला इथे गावात हजार-दीड हजारांचे उत्पन्न करून ठेवले आहे! पण – जाऊ दे ते! कोणी कोणाचा भाऊ नाही न् कोणी कोणाचा जावई नाही.''

''पण मी तरी तुमची मुलगी आहे ना?''

''काळाबरोबर पोटची पोरंदेखील फिरतात. तुझा तरी काय नेम सांगावा!'' तात्यांच्या या उद्गाराने सुधेच्या डोळ्यांत आसवे उभी राहिली. त्यांच्या आजारात आपण रात्रीचा दिवस केला असताही त्यांना आपले प्रेम दिसू नये काय? ते संध्याकाळी फिरून आले म्हणजे दारात ऊन पाणी ठेवणे, वृद्धाच्या चेहऱ्याप्रमाणे सुरकुतलेले त्यांचे अंथरूण नाजूक हाताने बालकाच्या चेहऱ्याप्रमाणे निर्मळ व हसरे करून ठेवणे, त्यांना झोप येईपर्यंत त्यांचे पाय चेपणे, सकाळी उठून अगदी लांबून त्यांच्या गणपतीकरिता जास्वंदीची आणि शंकराकरिता तुंब्याची फुले आणणे, त्यांच्या पूजेसाठी गंध उगाळून ठेवणे, एक ना दोन- अनेक गोष्टी आपण काडीचीही कसूर न करता करीत असताना वडिलांच्या तोंडून असे शब्द का यावे? सुधेचे हृदय भरून आले. ती सद्गदित स्वराने म्हणाली, ''तात्या, मुलीच्या जातीला तोंड नसले तरी मन

असते.''

"सुधे, माणूस मोठे झाले की, त्याचे मन मरते. हा तुझा काका – मिरजेचा माझा भाऊ! लहानपणी त्याच्या पायाला काटा लागला की माझ्या डोळ्यांतून पाणी निघे; पण आज मला सुळावर जायची पाळी आली, तरी याला सुई टोचल्यासारखीदेखील वाटणार नाही. तसाच हा तुझा नवरा! लग्नाच्या वेळी काय गरीब दिसत होता! गोगलगाय न् पोटात पाय.''

"जाऊ दे ते बाबा, ललाटी आले न् पवित्र झाले. देव्हाऱ्यातल्या देवाला दगड म्हणून कसे चालेल? शिवाय माझे दुःख मी गिळतेच आहे ना?''

"पण आता हा दुःखाचा डोंगर पुढे येऊन उभा राहिला आहे त्याची काय वाट? तुझा नवरा जुगाराच्या पायी हे तीन हजारांचे कर्ज करून गोव्यात पळून गेलाय. हे तीन हजार द्यायचे कुठून? माझ्याजवळ तीन हजार तांब्याचे पैसे सापडताना मारामार. पैसे दिले नाही, तर तुझ्या जन्माचा सत्यानाश होतो. बाळ सुधे, तुझ्यासारख्या गाईला या कसायाच्या पदरात घालून –''

"राहू दे ते बाबा. कर्मभोग सीता-द्रौपदींनादेखील चुकला नाही. मी जोपर्यंत देवाला विसरले नाही तोपर्यंत मला कशाची म्हटल्या कशाची भीती वाटत नाही.''

सुधेचे हे आत्मविश्वासाचे बोल ऐकून तिचे वडीलदेखील मनातल्या मनात चरकले. त्यांच्या मनात या वेळी काय विचार घोळत होते, ते त्यांचे त्यांनाच माहीत. पण साधे पान सळसळले असतानाही चोर कसा दचकून आजूबाजूला पाहू लागतो, तसे त्यांचे झाले. देवाला न आवडणारा एक विचार – एक राक्षसी विचार त्यांच्या मनाच्या तळघरात, बिळात दडून बसणाऱ्या कृष्णसर्पाप्रमाणे कित्येक दिवस वावरत होता. तो विचार म्हणजे मिरजेला असलेल्या आपल्या आजारी भावाचा मृत्यू. आपल्या भावाला एकच मुलगा व तोही मातृहीन आणि सात आठ वर्षांचा असल्यामुळे आपला भाऊ याच वेळी मेला तर किती बरे होईल, हा दुष्ट विचार या वेळी त्यांच्या मनात पुन्हा डोके वर काढीत होता. जावयाचे तीन हजारांचे कर्ज फेडून आपल्या मुलीला सुखी करता येईल, या कल्पनेच्या पोटीच त्याचा जन्म झाला आहे, अशी त्यांनी

आता आपली समजूत करून घेतली.

ते पुढे काही बोलणार तोच सुधा म्हणाली, "पाहू दे मला ते पत्र." तात्यांनी जावईबोवांचा निर्वाणीचा खलिता तिच्या हवाली केला. सुधा पत्र घेऊन आत जाणार तोच पोस्टाचा शिपाई एक तार घेऊन दारात आला. तात्यांनी तार घेऊन फोडली आणि त्यांचा चेहरा एकदम पाहण्यासारखा झाला. भयाण गुहेत चमकणाऱ्या श्वापदांच्या डोळ्यांप्रमाणे त्यांच्या डोळ्यांत एक प्रकारचे भयानक तेज चमकले. दुसऱ्याच क्षणी क्रूर आनंदाची ही लाट ओसरून तिची जागा स्वाभाविक अशा शोकाने घेतली.

"काय झाले तात्या?" सुधा घाबरून म्हणाली. आपल्या पतीने वैतागून आत्महत्या तर केली नसेल ना, असा संशय तिच्या मनात आला.

"तुझे काका एकदम वारले!" तात्यांनी शोकपूर्ण चेहऱ्याने पण विजयाची छटा असलेल्या स्वराने उत्तर दिले. त्यांच्या डोळ्यांपुढे आपल्या पाठीला पाठ लावून आलेल्या भावाचे जळते शरीर नव्हते, त्याने मिळविलेली हिरवीगार मिळकत होती.

"काका वारले!" सुधेने विव्हळ स्वराने विचारले. तिच्या डोळ्यांपुढे 'बाबा, बाबा' म्हणून ओरडणारा काकांचा मुलगा चंद्रकांत होता.

◆

तात्यांना मिरजेला जाऊन पाच-सहा दिवस झाले होते. ते गेल्यानंतर सुधेने पतीच्या पत्राची पारायणावर पारायणे केली. त्यातील प्रत्येक शब्द म्हणजे तिच्या फुलासारख्या मनावर ठेवलेला रखरखीत निखाराच होता. पत्रात तिच्याविषयी मुळीच उल्लेख नव्हता. तिच्या मनात येत होते, एवढ्या लांबलचक पत्रात बायकोविषयी एक अवाक्षरदेखील लिहायला त्यांना फावले नाही ना? लग्न होऊन तीन वर्षे झाली. या तीन वर्षांत आपण कुठेही असलो तरी आपल्याला नवऱ्याचीच आठवण होते. जेवायच्या वेळी त्यांचे जेवण झाले असेल का, चहाच्या वेळी त्यांना मनासारखा चहा मिळत असेल का, तापाची साथ कुठेतरी सुरू झालेली ऐकली म्हणजे त्यांना ताप आला असेल की काय – एक ना दोन, हजार शंकाकुशंकांनी आपले मन नेहमी व्याकूळ होऊन जाते.

आणि त्यांना मात्र बायको जिवंत आहे का मेली आहे याची चौकशीदेखील करावीशी वाटत नाही.

नेहमीप्रमाणे मावशी पोतेरे घालून नंदादीपातील वात मागे सारून अंथरुणावर जाऊन पडल्या व हा-हा म्हणता घोरू लागल्या. पण सुधा मात्र या कुशीवरून त्या कुशीवर एकसारखी होत होती. पाण्याबाहेर काढलेला मासा जसा तडफडतो, पंख कापलेला पक्षी जसा फडफडतो त्याप्रमाणे सुधेच्या जिवाची स्थिती होत होती. मावशीचे घोरणे ऐकून तिला कसेसेच वाटले.

ती मनात म्हणत होती, आपल्यापेक्षा जगातील उन्हाळे-पावसाळे हिने अधिक पाहिलेले! हिला गाढ झोप येते आणि आपल्याला का येऊ नये? आपले असे म्हणायला हिला कोणीदेखील जगात नाही – चूल हीच मूल आणि घरचे कामकाज हेच पतिराज! हिच्याप्रमाणे आपल्यालाही समाधानाने का राहता येऊ नये? पण पोटभर अन्न व अंगभर वस्त्र एवढ्याने मनुष्याचे समाधान होते का? ते होत असते तर मुलासाठी नवस करणाऱ्या बायका जगात कुठून दिसल्या असत्या? हृदयाची तहान अन्न-पाण्याने भागत नाही, त्याला प्रेमच लागते. असे प्रेम आपल्याला मिळत नाही म्हणूनच तर आपल्याला झोप येत नाही. वनवासात काटे पायात रुतले आहेत, चालून-चालून पायाचे तुकडे पडतात की काय असे वाटत आहे, अशा स्थितीत सीतामाईला जशी आनंदाची झोप आली, तशी अशोकवनात सोन्याची लंका सभोवार पसरली असताना का आली नाही? तिच्या प्रेमाची मूर्ती तिच्याजवळ नव्हती म्हणून.

प्रेम! पुरुषांना प्रेम करताच येत नाही का? छे, तसे म्हणणे म्हणजे वृक्षवेलींना 'सीता कुठं आहे?', 'माझी सीता कुठं आहे?' म्हणून विचारणाऱ्या प्रभू रामचंद्राचा अपमान करण्यासारखे आहे. मग हे प्रेम आपल्याच वाट्याला का येऊ नये? तात्या आपले जन्मदाते वडील. पण त्यांच्याजवळ अंत:करण उघडे करून आपल्याला का बोलवत नाही. मागच्या वर्षी तिकडून मारणे झाले त्या वेळी तात्यांनी आपल्याला जवळ ओढावे, आपल्याला कुरवाळावे असे आपल्याला फार-फार वाटले. पण तात्यांनी स्वारीला चार शिव्या हासडल्या आणि ते आपल्या उद्योगाला निघून गेले. आपण रात्रभर रडलो, सारे उसे आसवांनी

ओलेचिंब केले; पण मनाला जाळणारी आग थोडीदेखील विझली नाही. तात्यांचे आपल्यावर प्रेम आहे खरे! पण ते आकाशातला चंद्र समुद्राच्या लाटेवर करतो तसले आहे. तिचे हृदय कितीही उचंबळून आले, चंद्राकडे बाहू पसरून धावता-धावता खडकावर आपटून तिच्या कितीही ठिकऱ्या उडाल्या, तरी चंद्र आकाशात जागच्या जागी हसतच राहणार. तो काही खळकन तुटून त्या फुटलेल्या लाटेला कवटाळणार नाही.

वडिलांचे प्रेम नाहीतर नाही पण स्वारीने तरी आपल्यावर प्रेम का करू नये? अंतरपाट दूर होऊन स्वारी दृष्टीला पडण्याआधीच आपण त्यांच्यावर प्रेम करायला लागलो होतो. कुणा मैत्रिणीने नवरा काळा आहे म्हणून थट्टा केली, तर कृष्णदेखील काळाच होता, असे आपण उत्तर द्यावे. कोणी काही म्हटले तरी स्वारीला आपण सर्वगुणसंपन्न मानले. तिकडून नुसते आपल्याकडे पाहून हसणे झाले, तर आपल्याला स्वर्गसुख मिळाल्यासारखे होई. तिकडचा एक प्रेमाचा शब्द म्हणजे साऱ्या पृथ्वीचे राज्य वाटे आपल्याला! स्वारीच्या कपाळावर आठी दिसली तर तिनेसुद्धा आपले हृदय दुभंगून जाई. स्वारीच्या चेहऱ्यावर खिन्नपणाची छाया दिसली की, सूर्याला ग्रहण लागल्यागत जग दिसू लागे. तिकडच्या पायाला वहाण लागलेली पाहून आपल्या हृदयाला जखम झाल्याइतक्या वेदना होत. पण हे स्वारीच्या गावीदेखील नव्हते. पत्त्याच्या राणीपुढे घरच्या राणीची, बाईच्या गाण्यापुढे पत्नीच्या गोड शब्दांची आणि जुगारांच्या फाशांपुढे आपल्या प्रेमळ स्पर्शाची तिकडे किंमतच वाटली नाही. तीन हजार रुपयांची व्यवस्था कराल तरच मी तिकडे येईन, म्हणून मोठ्या दिमाखाने तात्यांना लिहिताना माझी आठवण म्हणून एक शब्द तरी त्यांनी लिहायचा होता. पुरुषावर प्रेम करायचे म्हणजे पालथ्या घागरीवर पाणी ओतायचे. छे! जेवायचे न् जगायचे असले जिणे काय कामाचे? कावळी-कुत्री नाही का अशीच जगत? काका वारले त्यांच्यापेक्षा मीच मेले असते, तर किती बरे झाले असते?

काकांची आठवण होताच पोरक्या झालेल्या चंद्रकांताची मूर्ती तिच्या डोळ्यांपुढे उभी राहिली. चंद्रकांत आता कितीतरी मोठा झाला असेल. दोन-तीन वर्षांपूर्वी काका त्याला घेऊन आले होते तेव्हा गुलाम कसा एकसारखा दंगा करीत असे. 'हिला सुधा नाही म्हणायचे, आक्का

म्हणायचे' असे काकांनी सांगितल्याबरोबर लबाडाने गाल फुगवून 'आम्ही नाही जा आक्का म्हणणार' असे उत्तर दिले होते. तो तीन वर्षांपूर्वीचा काळ सुधेच्या डोळ्यांपुढे उभा राहिला. धावता-धावता पडायला झाले म्हणजे इकडे-तिकडे कोणी नाही असे पाहून त्याने हसऱ्या चेहऱ्याने उठावे; पण आपण त्याला पडताना पाहिले म्हणजे त्याने एकदम चेहरा रडवा करावा. जेवताना काकांजवळून उठून एकदम आपल्या पानापाशी येऊन त्याने बसावे आणि 'हे पाहिजे, ते पाहिजे' म्हणून हट्टाने सांगून आपल्याकडून भरवून घ्यावे. आपण हळदी-कुंकवाला निघालो म्हणजे 'मी येणार तुझ्याबरोबर' म्हणून रडत बसावे आणि 'बायकांत पुरुष लांबोडा, भाजून खातो कोंबडा' असे म्हटल्यावर 'कोंबडा खाल्ला तर खाल्ला; तुझे काय जाते त्यात?' असे म्हणावे. एक ना दोन, वात्सल्याच्या रसाने रंगलेली अनेक जुनी मधुर दृश्ये सुधेला दिसू लागली. शेवटच्या दृश्याने तर तिचे हृदय आनंदाने भरून आले. काका कुठे गावाला जायचे होते. चंद्रकांत बरोबर जाण्याचा हट्ट धरून बसला. काही केल्या तो ऐकेना. शेवटी आपले सगळे दागिने घेऊन आपल्याजवळ राहायचे कबूल केले. त्या दिवशी आपल्याला किती आनंद झाला. तो मांडीवर डोके ठेवून निजला आणि आपण त्याला एक कहाणी सांगू लागलो. एक होता राजा न् एक होती राणी, असे आपण सांगताच 'राणी तुझ्यासारखी होती ना?' असे गुलामाने एकदम विचारले. गोष्ट पुरी व्हायच्या आधीच त्याला झोप लागली होती. मग त्याला हळूच उचलून आपण अंथरुणावर निजविले. त्या वेळच्या हसऱ्या चेहऱ्याकडे पाहून त्याचा मुका घेण्याचा मोह काही आपल्याला आवरला नाही. तो जागा होईल म्हणून आपण हळूच एक मुका घेतला; पण एकाने समाधान न होता उलट भूक वाढली. किती मुके घेतले तरी पुरेच होईनात. 'अति तिथे माती' असे लोक म्हणतात! पण प्रत्येक मुका आपल्याला अधिकाधिकच गोड लागत होता. शेवटी हे कधी संपायचे नाही म्हणून त्याच्या ओठाशी ओठ लावून आपण त्याला पोटाशी धरून निजलो. चंद्रकांताच्या त्या मुक्यांच्या स्मरणाने सुधेचे ओठ पुन्हा स्फुरण पावू लागले. वडिलांच्या आठवणींनी व पतीच्या स्मृतिचित्रांनी तिला ज्या आनंदाचा लवलेशदेखील लाभला नव्हता, तो आता तिला लाभला. आपण मेलो असतो तर बरे झाले

असते, असे थोड्या वेळापूर्वी तिला वाटले होते. आता तिला जगावेसे वाटू लागले. दोन-तीन वर्षांपूर्वीची ती रात्र – चंद्रकांताचा तो मुका – त्या रात्रीच्या शतांशाने का होईना, पुढे सुख मिळणार असेल तर त्याकरिता आपण वाटेल ती संकटे सोसू असे तिचे आशावादी मन म्हणू लागले. उशाशेजारच्या खिडकीतून सुधेने बाहेर पाहिले, वद्य षष्ठीचा चंद्र नुकताच उगवला होता. आतापर्यंत अंधारात असणारी चराचर सृष्टी त्याच्या नुसत्या दर्शनाने हसू लागली होती. आपली हृदयसृष्टीही कधीतरी अशीच हसेल का, हा विचार तिच्या मनात येतो न येतो तोच 'आक्का' अशी वत्सल हाक तिच्या कानांवर पडली. दोन-तीन वर्षांपूर्वीच्या आपल्या हृदयातील चंद्रकांताच्या मूर्तीने तर ही हाक मारली नाही ना, असे तिला वाटू लागले. पुन्हा 'आक्का' ही हाक ऐकू आली. त्या दोन अक्षरी शब्दांनी सुधेचे पंचप्राण आनंदित झाले. ती कान देऊन ऐकू लागली – 'आक्का', 'आक्का!'

सुधेने दार उघडले आणि बाहेर पाहिले. हाक मारणारा मुलगा चंद्रकांत नव्हे असे तिला क्षणभर वाटले. पूर्वीपेक्षा तो आता कितीतरी मोठा झाला होता. पूर्वीची कमळाची नाजूक कळी आता अर्धविकसित झाली होती. सुधा दारात घुटमळत उभी असलेली पाहून चंद्रकांताने पुन्हा 'आक्का' अशी लडिवाळपणाने हाक मारली. सुधेने त्याच्याकडे पाहिले तो त्याचे डोळे भरून आले होते. आता तिच्याने राहवेना. वासराचे हंबरणे ऐकून गाय जशी दावे तोडून त्याच्याकडे धावत जाते, त्याप्रमाणे सुतकाचा विचार दूर झुगारून तिने त्याला जवळ ओढले. चंद्रकांताने तिच्या कुशीत डोके खुपसले व तोही स्फुंद-स्फुंदून रडू लागला. सुधाही रडू लागली. प्रेमळ आसवांच्या संगमातच हृदयाची आग विझत असते.

चंद्रकांत कितीतरी वेळ आक्काच्या कुशीत तसाच डोके खुपसून राहिला असता; पण त्याचा हा निर्मळ व निर्भय आनंद फार वेळ टिकला नाही. तात्या तावातावानेच अंगणाच्या पायऱ्या चढून आले व स्वतःशीच म्हणाले, 'गेला तरी कुठे हा कार्टा – काय आहे रत्न पण रत्न!' थोडेसे पुढे येताच भ्यालेल्या सशाप्रमाणे चंद्रकांत सुधेला बिलगून दारातच बसलेला त्यांना दिसला. ते तत्काळ ओरडले, "पुढे आला ना कारटा हा?" 'कारटा' हा शब्द ऐकताच सुधेच्या तळपायाची आग

मस्तकाला गेली. ती तापट स्वराने म्हणाली, "तात्या, माणसाच्या जिभेला काही हाड असलेले बरे. चांगले सोन्यासारखे नाव असताना –"

"लागलीस वाटते इतक्यातच भावाचा कैवार घ्यायला? पण भाऊ काय दिवटा आहे. अगदी ओवाळून टाकावा जगावरून!" सुधेला दारात पाऊल टाकल्याबरोबर तात्यांनी सुरू केलेल्या या भडिमाराचा अर्थच कळेना. उन्हाने करपलेल्या वेलीच्या मुळांस पाणी नेऊन घालायचे की धगधगीत निखारे? आई-बापावेगळ्या पोराला थोपटायचे की धोपटायचे? तिने चंद्रकांताच्या पाठीवरून प्रेमाने हात फिरविला. तात्या पुन्हा संतापाने म्हणाले, "शिवलीस ना त्याला कार्टे? मोठी निघाली प्रेम दाखवायला – चल, कर त्याला दूर." सुधेचे मन द्विधा होऊन तिने किंचित अंग हलविले. चंद्रकांताला वाटले की, आक्का आता आपल्याला सोडून जाते. दुष्काळात सापडलेल्या माणसाच्या करुण मुद्रेने त्याने आक्काकडे पाहिले. त्याच्या आक्काने तात्यांना मुळीच उत्तर न देता त्याला पोटाशी धरले. तात्यांचा संताप आता अनावर झाला. ते खेकसून म्हणाले, "उद्या नवऱ्याने टाकून दिली म्हणजे भाऊ नाही पोसणार तुला, बापच पोशील. काय पण आली आहे मायेची बहीण! खाली तळापाशी गाडी उभी केली नि सामान उतरले. तेवढ्यात या स्वारीने केला पोबारा. तरी बरे! घर अचूक सापडले! एका रात्रीकरिता काही तुझी अंथरुणे-पांघरुणे शिवाशिवीत द्यायची नाहीत. भाऊ पाहिजे ना तुला! बैस थंडीत त्याला पोटाशी घेऊन!"

◆

दुसऱ्या दिवशी सकाळी चंद्रकांताला बरोबर घेऊन सुधा बकुळीखालची फुले वेचीत होती. हातातील बकुळाचे फूल आणि समोर उभा असलेला चंद्रकांत यांच्याकडे एकदम दृष्टी जाताच तिच्या मनात नाना तऱ्हेचे तरंग उसळू लागले. 'बकुळाचे फूल जितके लहान तितकेच सुगंधी. लहान मूलदेखील जितके लहान तितकेच पवित्र असत नाही का? वेचलेले फूल देवाच्या मूर्तीवर जाऊन बसते; पण न वेचलेले? न वेचलेले पायदळी तुडविले जाते! सुंदर फुलाविषयी केवढी ही अनास्था! फुले राहोत मेली, पण सोन्यासारख्या मुलांविषयी जगात केवढी बेपर्वाई असते! रात्री तात्या असे एकदम मला टाकून का बरे बोलले? मी

चंद्रकांताला जवळ घेतले तर त्यात काय बिघडले? एकमेकांनी एकमेकांवर माया करावी म्हणूनच ना माणसांना देवाने जन्म दिला आहे?'

चंद्रकांताने एक प्रश्न करून तिचे विचारयंत्र एकदम थांबवले. "आक्का, हे खाली पडलेले फूल पुन्हा झाडावर जाईल का गं?"

"नाही बाळ."

"मग त्या झाडावरल्या फुलाची नि या खालच्या फुलाची गाठ केव्हा गं पडेल? ते बघ झाडावरले फूल कसे हळूच डोळे मिचकावून त्याला ये ये म्हणते आहे. कधी गं गाठ पडेल आक्का यांची?"

"कधी ते देव जाणे!"

"देवाला सगळे-सगळे ठाऊक असते ना गं?"

"हो!"

"मग बाबा कुठे आहेत हे त्याला कसे गं माहीत नाही?"

डोळ्यांत उभे राहिलेले अश्रू आवरीत सुधेने म्हटले, "कुणी सांगितले तुला त्याला माहीत नाही म्हणून?"

"त्यानेच. बाबा गेले त्या दिवशी रात्री मी दचकून जागा झालो. दुपारचे सगळे आठवले न् रडे यायला लागले. मग हळूच देवघरात गेलो, देवापुढे नाक घासले आणि त्याला विचारले, 'माझे बाबा कुठे आहेत?' पण देव माझ्याशी बोललादेखील नाही गं! त्याला माहीतच नसावे बाबा कुठे आहेत ते."

सुधेने चंद्रकांताला जवळ ओढले व आपल्या पदराने त्याचे भरून आलेले डोळे पुसले. पितृहीन झालेल्या त्या पोराचे सांत्वन कसे करावे हेच तिला कळेना. चंद्रकांत पुढे बोलू लागला. "आक्का, बाबा पुन्हा कध्धी कध्धी येणार नाहीत का गं? एकदादेखील नाही? बाबांसारखा मनुष्य दिसला म्हणजे कसेसेच होते गं आक्का!"

सुधेने त्याला घट्ट – अगदी घट्ट – पोटाशी धरले. वेदान्ताच्या शंभर ग्रंथांनी जे काम झाले नसते, ते या एका कृतीने झाले. आक्का रडत असलेली पाहून चंद्र म्हणाला, "तू नाही ना मला बाबांसारखी सोडून जाणार?"

"नाही बरे बाळ!"

"अगदी कध्धी कध्धी?"

"कध्धी नाही." सुधेने तोंडाने नाही म्हटले; पण उद्या नवरा

आपल्याला बोलवायला आला की चंद्राला इथल्या इथे टाकून आपल्याला गेले पाहिजे हे ती जाणून होती.

"मीदेखील तुला सोडून जाणार नाही हो!"

"मोठा झालास तरी?"

"अगदी कित्ती-कित्ती मोठा झालो तरी."

"मोठा झाल्यावर तुला शिकायला नको का लांब जायला?"

"आम्हाला ते शिकणेच नको. तू बरोबर नसलीस तर मी खेळायलादेखील जाणार नाही; मग तर झाले?"

चंद्राच्या या भाषणाचे सुधेला हसू आल्यावाचून राहिले नाही. गवताच्या काडीने समुद्राच्या किनाऱ्यावर बसून 'मी अमक्या दिशेने जाईन, मी तमक्या काडीबरोबर जाईन' असे बेत करण्यापैकीच त्याचे मनोराज्य होते. प्रत्यक्ष लाटांच्या चक्रात सापडल्यावर लाट नेईल तिकडे काडीला जावे लागते. आक्का हसत असलेली पाहून तिचा आपल्या बोलण्यावर भरवसा दिसत नाही असे चंद्रकांताला वाटले. तो म्हणाला, "मी तुला सोडून जाईन असे तुला वाटते होय? काल रात्री गाडी तळापाशी थांबताच मी पुढे धावत का आलो हे माहीत आहे का?"

"रस्ता सापडतो की नाही हे पाहायला?"

"छट्! तुला पाहायला! मागचे अगदी पक्के ध्यानात आहे बघ माझ्या. इथे मी आक्का म्हणत नाही म्हटले, पण मिरजेला घरी गेल्यावर सारखा 'आक्का' 'आक्का' म्हणू लागलो – स्वप्नात बघावे, तो तू मला जवळ घेऊन कहाणी सांगते आहेस न् जागे झाल्यावर पाहावे तो तू कुठेच नाहीस. मग मी काय केले, आहे माहीत? बिनयत्तेत होतो तेव्हा मी! एक मोठ्ठी वही घेतली बाबांकडून मागून, न् त्यात 'आक्का', 'आक्का' दररोज लिहू लागलो. ती वही आणली आहे मी माझ्याबरोबर, आणि तिच्यातच तो कागद ठेवला आहे."

"कसला कागद?"

"बाबांचा कागद आहे तो! ते कुणाला तरी बोलावून – बाबांना आणखी खूप बोलायचे होते; पण बोलताच येईना. तात्यांना कागद मुळीच – असे कायसे ते म्हणाले! पण आक्का, मी तो तुला दाखवला म्हणून काही बाबा माझ्यावर रागावणार नाहीत."

कागदाचे कोडे सुधेला मुळीच उलगडेना. ती आणखी काही विचारणार

होती. पण तितक्यात तात्या तेथे आल्यामुळे ती गप्प राहिली.

"चंद्रा, तू जरा विहिरीकडे खेळ जा!" तात्यांनी हुकूम सोडला.

"विहिरीकडे नको काही! पायबिय निसटेल एखाद वेळी. जा बाळ, तू झोपाळ्यावर झोके घेत बैस जा. मात्र झोका मोठा घेऊ नको हं!"

आक्काची आज्ञा शिरसावंद्य असल्यामुळे चंद्रकांत तेथून निघून गेला. तो दूर गेलासा पाहून तात्या म्हणाले,

"कुणाचा तरी लळा लागायलाच पाहिजे होता त्याला. तुझा लागला हे बरे झाले. आई-बाप नसलेले मूल म्हणजे कण्हेरीचे फूल. ना रूप, न गंध. आक्काला भाऊ मिळाला आणि भावाला आक्का मिळाली. ठीक झाले." तात्यांच्या या प्रस्तावनेचा अर्थ सुधेला काही केल्या उमगेना. ती त्यांच्या तोंडाकडे टकमक पाहतच राहिली. "तुला समजले नाही पोरी. भाजीत आळण घालावे लागते की नाही? तसे हे प्रेम आहे. तुझी माया आहेच त्या पोरावर! तेव्हा बापाने मरताना एखादा कागदबिगद त्याच्याकडे देऊन ठेवला आहे की काय हे जरा नाजूकपणाने काढ त्याच्याकडून."

"कशाला हवा तो कागद?" सुधेने साशंक स्वराने विचारले.

"मेल्यानंतर धार्मिक दृष्टीने जसे दिवस करावे लागतात, तशी व्यवहाराच्या दृष्टीने जिंदगीची व्यवस्था करणेही जरुरी असते. शिवाय तुला सांगायला हरकत नाही. तुझेच हित आहे त्यात. मृत्युपत्र मुळीच नसले तरी अर्धी जिंदगी आपल्याकडे येणार. मग काही जावईबुवांचे तीन हजार रुपये देणे जड जाणार नाही आपल्याला. मिरजेला मी खूप चौकशी केली. पूर्वी एकदा मृत्युपत्र केले होते, असे कित्येकांनी सांगितले म्हणून सारे घर धुंडाळले; पण त्याचा कुठेच पत्ता लागला नाही. कदाचित दुसरे करायचे म्हणून पहिले आयत्या वेळी फाडूनही टाकले असेल. सरकारात काही नोंदलेले नाही एवढे खास! घरातील महत्त्वाचे कागदपत्रं मी आणलेच आहेत! पण मृत्युपत्र एखाद्या स्नेह्याबिह्याकडे देऊन टाकले असेल, तर मागाहून पंचाईत नको. या पोरापाशी तर नाहीच नाही म्हणा! त्याची पुस्तके पाहिली होती मी. 'बालभारत' न् 'बालरामायण'! याच्या बापाचे मृत्युपत्र असल्या रामायणात कुठून सापडणार? तेव्हा हे काम मनावर घे! म्हणजे आठ दिवसांत पतिराजांची गाठ पडते की नाही बघ. अरे, हसली रे हसली!"

खरोखर सुधा त्या वेळी हसत नव्हती! पण मृत्युपत्र खास मिळणार नाही, सुखासुखी आपण अर्ध्या जिंदगीचे मालक होणार, या कल्पनेने तात्यांचे डोके इतके फिरून गेले होते की, सुधेच्या चेहऱ्यावरील तिरस्काराची छाया त्यांना दिसलीच नाही. ती काही बोलत नाही असे पाहून तात्या तिला मृत्युपत्र न सापडल्याचे फायदे रसाळपणाने वर्णन करून सांगण्याच्या विचारात होते. इतक्यात एकदम 'आक्का' अशी भीतियुक्त हाक ऐकू आली. सुधेने वळून पाहिले, तो चंद्रकांत तिच्याकडे धावत येत होता. "आक्का, आक्का, केवढा गं साप आला आहे!" तो अडखळत म्हणाला. त्याने येऊन एकदम सुधेला मिठीच मारली. चाहुलीने दचकणारी खार झाडावर चढून मग जशी निर्भय मुद्रेने पाहू लागते, त्याप्रमाणे त्याने आक्काकडे पाहिले. सुधेला अगदी राहवेना. तिने चटकन वाकून त्याचा मुका घेतला. तीन वर्षांपूर्वीच्या रात्रीची तिला आठवण झाली.

चंद्राने उगीचच हाक मारली, "आक्का!" त्याला काहीच सांगायचे नव्हते.

◆

तात्यांची मृत्युपत्राची गोष्ट सुधा विसरली नाही. तात्या अर्ध्या जिंदगीचे मालक झाले की तीन हजार रुपये हा-हा म्हणता मिळतील व परागंदा झालेला नवरा परत येईल ही कल्पना तिच्या डोळ्यांपुढे हसत नाचू लागली. लग्नाचा दिवस तिला आठवला. गौरीहरापाशी बसून तांदळाच्या मुठी वाहत असताना आपल्या डोळ्यांपुढे अर्धनारीनटेश्वराचे चित्र कसे उभे राहिले, त्या चित्रातील पार्वतीने सुधेचे रूप कसे धारण केले, आपल्या शंकराच्या अंगाभोवती साप नाहीत, हे पाहून आपल्याला कसा अभिमान वाटला हे तिला आठवले. बोहल्यावर उभे राहिल्यावर तर आपण साऱ्या जगाला विसरून गेलो. अंतरपाटाआड साऱ्या विश्वातील सौंदर्य साठलेले आहे असे वाटून आपली तंद्री लागली! ती सारी मनोराज्ये आज कुठे आहेत? झाडाला आलेला मोहर अकाली आलेल्या आभाळाने जळून जावा त्याप्रमाणे तिच्या विवाहाच्या वेळच्या मनोरथांची आज स्थिती झाली होती. चंद्रकांताच्या हक्काची निम्मी मिळकत तात्यांनी घ्यायची, त्यातून तीन हजार रुपये घेऊन आपल्या

नवऱ्याचे कर्ज फेडायचे आणि हे कर्ज फिटल्यानंतर आपला संसार सुखाचा व्हायचा. एकाच्या होळीवर दुसऱ्याने पोळी भाजून घेणे माणुसकीला शोभते का? पण आपला संसार! तीन हजार रुपये नाही तर नवरा कधीही परत येणार नाही. आणि नवरा नाही म्हणजे....

पुढील कल्पनाच सुधेला सहन होईना. आपण मुलाला खेळवीत असून तिकडून हळूच मागून येऊन आपले डोळे झाकणे होत आहे, आपण मुलाच्या एका गालाचा मुका घेत असताना स्वारी दुसऱ्या गालाचा मुका घेत आहे व तो गुलाम डोके खालीवर करीत आहे इत्यादी कल्पनाचित्रे तिने अनेक वेळा स्वप्नसृष्टीत पाहिली होती. अवघ्या तीन हजार रुपयांनी या स्वप्नसृष्टीची सत्यसृष्टी होणार असताना खऱ्याखोट्याचा सूक्ष्म विचार करीत बसण्यात हशील काय? चंद्रकांताचे हे तीन हजार रुपये उद्या फेडूनदेखील टाकू.

सुधा अशी विचारमग्न असताना चंद्रकांत 'आक्का, आक्का' करीत धावतच आला. त्याचे तोंड अगदी गोरेमोरे झाले होते. सुधा त्याला जवळ ओढून म्हणाली, "काय झाले बाळ?"

"आक्का, तू मला सोडून जाणार होय?"

"कुणी सांगितले तुला?"

"तात्या म्हणाले. रस्त्याने किनई एक मुलगी रडत चालली होती. तिच्याबरोबर एक माणूस होता न् त्याच्या हातात पाच नारळ होते. मी तात्यांना विचारले, 'तात्या, ही मुलगी शाळेत जावे लागते म्हणून रडते आहे काय?' तात्या म्हणाले, 'शाळेत नाही, सासरी जाते आहे. तुझ्या आक्कालादेखील उद्या सासरी जावे लागेल.' खरे का आक्का? मग मलाही नेशील ना तुझ्या सासरी?"

"नेईन बरे! पण तू ती 'आक्का' 'आक्का' असे लिहिलेली वही मला दाखवशील तर."

चंद्रकांत लगेच तिला आपल्या ट्रंकेकडे घेऊन गेला. त्याने ती लपवून ठेवलेली वही काढून तिच्या हातात दिली. "आत बाबांनी दिलेला कागद आहे हं!" तो हळूच म्हणाला! सुधेने वही उघडली – 'आक्का' अशी कित्त्यासारखी मोठी अक्षरे तिने पहिल्या पानावर पाहिली. नेत्रपरीक्षेकरिता लावलेली अक्षरे जशी क्रमाक्रमाने लहान होत जातात, त्याप्रमाणे त्या वहीतील 'आका' या शब्दानेही पुढे-पुढे भव्य देह टाकून

सामान्य शरीर धारण केले होते. शुद्ध बाल्यातील लेखनात 'आका' हा जो अशुद्ध शब्द दिसत होता, तो पुढे 'आक्का' असा झाला होता. पुढची सारी वही 'आक्का'ने भरून गेली होती. सुधेने वात्सल्याने चंद्रकांताकडे पाहिले – 'माझे सारे जगच आक्काने भरून गेले आहे; मग वहीची काय कथा?' असेच जणू काय त्याची दृष्टी सांगत होती.

"बाळ, माझे लुगडे वाळले का बघून ये जा!" सुधेने चंद्रकांताला सांगितले. त्याची पाठ फिरताच तिने तो कागद वहीतून काढला व धडधडणाऱ्या अंत:करणाने वाचला. ते चंद्राच्या वडिलांचे केव्हातरी केलेले मृत्युपत्र होते. त्यात आपली सर्व मिळकत स्वकष्टार्जित आहे असे स्पष्ट लिहिले होते. मुलगा भावाच्या घरी राहिला तरी मिळकतीची व्यवस्था सरकारने पाहावी, मिळकतीवर कोणत्याही कारणासाठी कर्ज काढू नये असेही त्यात लिहिले होते. या कागदाने तात्यांच्या मनोरथाचा पुरा चक्काचूर होणार होता. सुधेपुढे स्वत:चे भविष्य उभे राहिले. मृत्युपत्राप्रमाणे सर्व व्यवस्था झाल्यांस जन्मभर आपणाला नवऱ्यापासून दूर राहावे लागेल. हातातील कागद फाडून टाकला तर कसे होईल, हा विचार अर्धवट तिच्या मनात डोकावतो न डोकावतो तोच तिने मनोनिग्रहाने तो बाजूला सारला. 'पापाच्या तूपपोळीपेक्षा सचोटीची मीठभाकरी बरी' हा विचार तिच्या मनात प्रभावी झाला! पण लगेच पतीवाचून या जगात आपल्या जिव्हाळ्याचे कोणी नाही, ही कल्पना डोके वर काढू लागली. ती तिच्या मनात उत्पन्न होते न होते तोच चंद्राची हाक तिला ऐकू आली, "आक्का!"

◆

मृत्युपत्राचा कागद चंद्राला सांगून सुधेने आपल्याकडेच ठेवला. तो तात्यांना दाखवला, तर ते रागाने फाडून टाकतील अशी तिला भीती वाटू लागली. तात्यांना मात्र चंद्राला मृत्युपत्राविषयी काही माहिती नाही, असे तिने सांगितले. या बातमीने सख्ख्या भावाच्या सुतकातदेखील तात्यांना पुत्रजन्माचा आनंद झाला. कसलेही मृत्युपत्र नसल्यामुळे आपला मार्ग अगदी निष्कंटक झाला, असे त्यांना वाटले. आल्यापासून दोन दिवस त्यांनी चंद्राला थोडेतरी गोंजारले होते; पण आता ते त्याला हिडिस-फिडीस करू लागले. प्रेमावर जगणारे चंद्राचे बालमन या

परकेपणामुळे व्याकूळ होऊ लागले. एका आक्काशिवाय त्याच्या भोवतालचे सर्व जग त्याला परके होते. घरदार परके, माणसे परकी, त्यांची भाषणे तर अगदीच परकी! पायात बेडी नसताना त्याला जागचे हलवेना! तोंडाला कुलूप घातले नसतानाही त्याला बोलवेना! तो आक्काला पळभरही विसंबेना. दहाव्या दिवशी स्मशानात जायच्या वेळीदेखील 'आक्का बरोबर पाहिजे' म्हणून तो हट्ट धरून बसला. तात्यांनी दरडावले, सुधेने समजावले; पण तो स्मशानात आक्कावाचून जायला तयार होईना. शेवटी चंद्राला रडत-रडत तात्यांबरोबर एकटेच जावे लागले. दुपारी एक वाजता एकटे तात्याच घरी परत आले. पायरी चढताच त्यांनी तणतणायला सुरुवात केली, "जिवंत असताना छळले ते छळले – कधी मला दोन घास मिळतात की नाही तेही पाहिले नाही! पण मेल्यावरदेखील ही माणसे पिच्छा सोडीत नाहीत."

"झाले काय असे तात्या? न् चंद्रा कुठे आहे?"

"त्याला ठेवला आहे बापाच्या पिंडापाशी. सगळे सांगून झाले! तुझ्या मुलाचे पोटच्या पोराप्रमाणे पालन करीन म्हणून आणभाकदेखील दिली! पण कावळा काही पिंडाला शिवला नाही. आमच्या पोटात कावळे ओरडू लागले, म्हणून ठेवले त्या पोरट्याला उपाध्याबरोबर न् आलो निघून झाले."

"पण चंद्राच्या पोटात काहीच नाही. उन्हाने न् उपासाने त्याचे पित्त अगदी तापून जाईल."

"तुझे वागणे बघून माझेच पित्त आधी खवळून गेले आहे. घोड्याएवढ्या वाढलेल्या या कारट्याचे मुके काय घेतेस? त्याला एवढे काही दुखले-खुपले की डोळ्यांतून पाणी काय काढतेस? तुझे तुला म्हणून शोभते." सुधा मुकाट्याने आत गेली आणि दुधाने भरलेला चंबू केळीच्या लहानशा पानाने झाकून घेऊन घराबाहेर पडली. तात्या स्तंभित झाले. "कुठे चाललीस हे घेऊन, कारटे?" सुधेने मागे वळूनदेखील पाहिले नाही. त्यांचा 'कारटे' हा शब्द तिला ऐकूच आला नाही. स्मशानातील चंद्रकांताची 'आक्का' ही मूक हाक जणूकाही तिला ऐकू येत होती.

◆

कावळा पिंडाला शिवला नाही, ही गोष्ट सुधेलाही अनिष्टच वाटत

होती. काकांचा काहीतरी हेतू राहून गेला असावा, अशी तिने आपल्या मनाशी खूणगाठ बांधली. आपल्या मुलाचा प्रतिपाळ व्हावा याखेरीज त्यांचा दुसरा कोणता हेतू असणार? मग तात्यांनी सांगितले असतानाही कावळा का बरे शिवू नये? तात्यांवर काकांचा विश्वास नाही काय? हो, असेच असेल. त्याशिवाय का मृत्युपत्र तात्यांना दाखवू नये म्हणून त्यांनी चंद्राला बजावले असेल?

मग काकांची इच्छा कशी तृप्त करायची? आपले मन काकांना कळत असेलच. आपणच चंद्राचा प्रतिपाळ करण्याचे कबूल केले, तर कावळा पिंडाला खास शिवेल! हा विचार मनात येताच तिने आकाशाकडे डोळे लावले व ईश्वराला स्मरून कुडीत प्राण असेपर्यंत चंद्राचा प्रतिपाळ करण्याची मूकप्रतिज्ञा केली. ती थोडीशी पुढे जाते तोच घरी परत यायला निघालेला चंद्रा तिला दिसला. कावळा नुकताच पिंडाला शिवला होता. घामाने डबडबलेल्या व तांबड्या लाल झालेल्या चंद्राच्या तोंडची 'आक्का' ही हाक ऐकून सुधेला गहिवर आला. आपली प्रतिज्ञा काकांच्या आत्म्याने मान्य केली, असेच तिला वाटले.

दिवस करण्याकरिता दोन-तीन दिवस उन्हातान्हातून जाणे, तहान लागली म्हणून वेळी-अवेळी पाणी पिणे वगैरे गोष्टी चंद्राला बाधल्या. दुसऱ्या की तिसऱ्याच दिवशी त्याला फणफणून ताप भरला. सुधा चंद्राची शुश्रूषा करू लागली. त्याच्या तापलेल्या मस्तकाला तिच्या हाताचा स्पर्श कोलनवॉटरच्या घडीसारखा वाटे. तो एकसारखा पाणी मागू लागला म्हणजे सुधा मधून-मधून त्याचा मुका घेई व तेवढ्यावर त्याचा 'पाणी', 'पाणी' हा आक्रोश थोडा वेळ तरी थांबे. तापामुळे त्याला अधिक बोलवत नव्हते, तरी 'आक्का' ही त्याची जपमाळ काही सुटली नव्हती. ताप येऊन दोन दिवस झाले होते. सुधा चंद्राचे समाधान करण्यासाठी त्याचा मुका घ्यायला थोडीशी ओणवली होती. कोणाचेसे पाऊल वाजले म्हणून एकदम चपापून तिने वर पाहिले. माजघरातील त्या अंधूक उजेडात तिने पाहिले, तो पतिराजांची स्वारी समोर उभी. चंद्राच्या वडिलांचे भूत पाहून तिला जितकी भीती वाटली नसती, तितकी रंगरावांना पाहून वाटली. चटकन तिच्या मनात काय विचार आला कुणाला माहीत, ती आतल्या खोलीत गेली व चंदूचा तो सुरक्षित ठेवलेला कागद घेऊन तिने आपल्या पदरात घट्ट गुंडाळला. तिच्या

पाठोपाठ रंगराव खोलीत येऊन दाखल झालेच होते. त्यांनी खोलीचे दार लोटले व दाराला पाठ लावून ते तिरप्या दृष्टीने सुधेकडे पाहू लागले.

"बायका हुशार म्हणतात ते काही खोटं नाही. मी घाईने परत जाणार हे ओळखूनच तू खोलीत आलीस ना?" सुधा काहीच बोलली नाही. "धरा बुवा अबोला! तोंडापेक्षा हाताचे प्रेमच आपल्याला जास्ती आवडते. काय, राणीसरकारांचा काय हुकूम आहे?"

"तोंडापुरती राणी न् पाठ फिरली की नाही कोणी! पत्रात चकार शब्द तरी लिहिला होता का माझ्याविषयी?"

"हो! हो! हो! त्याचा घुस्सा आहे वाटते? आपले काय गेले दररोज पत्र लिहायला? पण महिन्याला तीस निम्मे पंधरा आणे लागतील. ते मात्र तुमच्याकडून मिळाले पाहिजेत; शाईचा खर्च आम्ही आपल्या पदरचा करू! मग तर झाले?"

सुधेचा राग अनावर झाला. ती उद्गारली, "महिन्याला पंधरा आणे मिळत नाहीत, तर तीन हजार रुपये कुठून फेडणार?"

"कुठून? व्यवहारात 'तू नाही तुझा काका फेडील' असे म्हणतात तेच उत्तर मी तुला देतो – तू नाही, तुझा काका तीन हजार रुपये देईल!"

"काका वारले हे माहीत नाही वाटते?"

"ते वारले म्हणूनच आम्हाला तीन हजार रुपये मिळणार. जिवंतपणी दुसऱ्याला मदत करणारे माहात्मे खूप असतात; पण मरून दुसऱ्याला मदत करणारे असे लोक विरळा!"

"काकांनी मृत्युपत्रात आपणाला तीन हजार रुपये दिले आहेत वाटतं?"

"तुला काहीच माहीत नाहीसं दिसतं! बायको माणूसच तू! अगं, तुझ्या काकांचे मृत्युपत्रच नाही म्हणे मुळी; त्यामुळे अर्धी मिळकत तात्यांची झाली. तात्या आता आपल्या मिळकतीतले तीन हजार रुपये मला देणार! समजले? आता तुझे काम एवढेच की तीन हजारांऐवजी सहा हजार मला द्यायला त्यांना सांगायचे!"

"पैसे झाडाला लागतात की काय?"

"झाडाला न लागेनात, जावयाच्या पायधुळीसाठी ते असतील-

नसतील तेथून बाहेर येतात. मी गोव्यातल्या एक-दोन देखण्या बाया मिळविल्या आहेत. त्यांची नाटक मंडळी काढायची आहे. एवढे सहा हजार रुपये मिळवून दे बघ की, मग 'कोरगावनिवासी भूतनाथ प्रासादिक स्त्रीसंगीत मंडळी'ची तू मालकीण होशील!''

''मी नाही तात्यांना सांगणार!''

''न सांगेनास. पुन्हा तुझे तोंड बघणार नाही. रात्री जेवण झाल्यावर सुदाम सावकार त्या जमिनीबद्दल बोलणे करण्यासाठीच येणार आहेत.'' सुधेचे डोके फिरू लागले. तात्यांनी जावयाला बोलावून चंद्राच्या जमिनींची विल्हेवाट लावायलाही इतक्यात सुरुवात केली? ती रागाने म्हणाली, ''चंद्रा एकटा आहे. जाऊ द्या मला.''

''जाऊ देईन; पण आधी दक्षिणा दिली पाहिजे!''

सुधेने त्याच्या बोलण्याचा भावार्थ ताडला. क्षणभर का होईना, तिला आनंद झाला. पतीच्या स्पर्शाच्या कल्पनेने ती पुलकित झाली. ती बोलत नाहीसे पाहून रंगराव म्हणाले, ''मघाशी मी आलो त्या वेळी त्या मुलाचा चांगला आनंदाने मुका घेत होतीस? नि आता?''

सुधेचे आनंदमंदिर या शब्दांनी ढासळून पडले.

''चला, जाऊ द्या मला.'' ती दाराकडे वळून म्हणाली.

''जाऊ देईन, पण केव्हा? शाकुंतल वाचले आहे का? दुष्यंत काय म्हणतो –''

''वाटेल ते म्हणू दे. चंद्राची काहिली होत असेल!''

''आणि आमची होत नाही वाटते?'' रंगरावांनी तिचा हात धरला. सुधेच्या पतिप्रेमाच्या भावनेला क्षणभर भरती आली. तिला तो हात झिडकारण्याचे धैर्य झाले नाही; पण रंगरावांचे तोंड जवळ येताच तिला दारूची वसकन घाण आली. आता मात्र तिच्याने राहवेना. तिने ताडकन आपला हात त्यांच्या हातातून सोडवून घेतला आणि दार उघडून ती बाहेर आली. चंद्रकांताची घोकणी चाललीच होती – 'आक्का!' 'आक्का!'

◆

माजघरात चंद्राच्या अंगावर हात फिरवीत सुधा सोप्यावरील संवाद ऐकत होती. चंद्राला मघाशी आक्का आपल्याला सोडून गेली असे स्वप्न पडले होते. 'माझ्या बाळाला मी कधी सोडायची नाही' असे

सांगून त्याला आपल्या बाहुपाशात गुरफटून सुधेने त्याची समजूत केली होती. बाहेरच्या संभाषणावरून सुदाम सावकारांना मिळकत लिहून देऊन तात्या पैसे काढणार व ते ती रक्कम आपल्या नवऱ्याला देणार हे चटकन तिच्या लक्षात आले. आपल्या नवऱ्याचा खिसा म्हणजे डोक्यावरचा फुटका रांजण हे ती पक्के ओळखून चुकली होती. जुगारापायी तीन हजारांच्या खड्ड्यात पडलेल्या माणसाने तो खड्डा बुजविण्याऐवजी अधिक खणण्याचा उद्योग सुरू केलेला पाहून त्याच्याविषयी कोणाला कसा विश्वास उत्पन्न व्हावा? आपल्या नवऱ्याला बायकांची भूतनाथ प्रासादिक नाटक मंडळी काढायला मदत करणे म्हणजे भुताच्या हातात कोलीत देणे हे तिला पक्के कळत होते. चंद्राला अन्नाला महाग करून आपला नवरा तात्यांकडून पैसे काढणार व एखादी बाई घरात आणून तिची धुणी आपल्याला धुवायला लावणार हे कटु पण सत्य चित्र तिच्या डोळ्यांपुढे उभे राहिले. काकांच्या आत्म्याला शांती मिळण्याकरिता आपण चंद्राचा प्रतिपाळ करण्याचे वचन दिले आहे ते आपण पाळलेच पाहिजे, असा तिने मनाशी निश्चय केला. य:कश्चित मांजरी आपल्या पिलांचे रक्षण करण्याकरिता वाघीण होऊन कुत्र्यावर धावते, मग भावाचे जन्माचे नुकसान होत असताना आपण मुळीच गप्प बसता कामा नये. आपण जर मूग गिळून बसलो तर चंद्राने कोणाच्या तोंडाकडे पाहावे? तिच्या मनात हा शेवटचा विचार यायला व चंद्राने तिच्याकडे डोळे उघडून पाहायला एकच गाठ पडली.

"पण मृत्युपत्र वगैरे काही नाही ना?" सुदाम सावकार संशयित वृत्तीने विचारीत होते.

"नाही हो, काही नाही. असते तर मला मिळाल्यावाचून राहिले असते का?" तात्यांचे उत्तर ऐकू आले.

"पण मला सहा हजार उद्या उजडण्याच्या आत मिळाले पाहिजेत." रंगराव जणू काय बायकोच्या काकाची मिळकत आपल्या बापाचीच असे समजून बोलत होते.

"सहा हजार मिळतील; पण ही गोष्ट या कानाची त्या कानाला कळता उपयोगी नाही. शिवाय सुधेला नेऊन कुठेतरी बिऱ्हाडही केले पाहिजे." तात्या म्हणाले.

"त्याला माझी एका पायावर तयारी आहे."

पुढे काहीच बोलणे ऐकू येईना. थोड्या वेळाने लेखणीचा कुरकुर आवाज ऐकू आला. तात्या सावकारांना कागद लिहून देत आहेत हे सुधेने ताडले. तिच्यापुढे ब्रह्मांड उभे राहिले. स्वार्थी बाप व व्यसनी नवरा बाहेर संगनमत करून निष्पाप भावाचा गळा कापीत होते. तिचे मन तात्यांविरुद्ध जळफळू लागले. ती चंद्राजवळून उठून तत्काळ बाहेर गेली व एकदम कठोर स्वराने म्हणाली,

"तात्या, लिहू नका तो कागद. त्याचा काही उपयोग नाही!"

तात्यांनी चमकून वर पाहिले.

"आत बैस जा पोरी. पुरुषांच्या कामात बायकांनी तोंड घालू नये. इथे काही तापावर औषध देत बसायचे नाही."

"तापावर नाही, पापावर द्यायचे आहे!" सुधा फणकाऱ्याने म्हणाली.

"नवऱ्यापुढे बायकोने असे बोलणे म्हणजे नवऱ्याचा उपमर्द आहे." रंगराव गुरगुरले.

"बायकोला टाकून जुगार खेळण्याने बायकोचा सन्मान होतो वाटते?"

"कारटे, अधिक बोलशील तर एका तोंडाची दोन तोंडे करीन." तात्या ओरडले.

"खुशाल करा. त्या दोन्ही तोंडांनी मी खरे मृत्युपत्रच मरेपर्यंत मोठमोठ्याने वाचीन."

"मृत्युपत्र?" सर्व आश्चर्याने उद्‌गारले.

"होय, मृत्युपत्र! काकांचे मृत्युपत्र! तुमचा त्या मिळकतीतल्या काडीवरदेखील हक्क नाही." सुधेने रागारागाने ते मृत्युपत्र काढले व धडाधड वाचून दाखविले.

"अगं! अगं!" रंगराव उठून तिच्या हातातील कागद घेण्याच्या हेतूने किंचित जवळ येऊन म्हणाले.

"काही नको जवळ यायला. जुगार खेळताना झाली होती का बायकोची आठवण?"

"पण सुधे – माझ्यासाठी – मी तर तुझा बाप आहे ना?"

"सत्याला कुणाचीच पर्वा नसते."

"बाप नको! आणि नवरा नको! मग तू जगणार कुणाच्या जिवावर?"

"कुणाच्या?" सुधा उत्तर देणार तोच आतून 'आक्का' ही चंद्रकांताची

हाक स्पष्ट ऐकू आली. जाळीतून ओरडणाऱ्या आपल्या बच्चाकडे धावत जाणाऱ्या वाघिणीप्रमाणे ती आत गेली व तिने चंद्रकांताला एकदम उचलून खांद्यावर घेतले. या वेळी तिला विलक्षण अवसान आले होते.

"आक्का, कुठे जायचे?" चंद्रकांत म्हणाला.

"जिथे माणुसकी आढळेल, माया लाभेल तिथे!" सुधा म्हणाली.

बाहेर येऊन सुधा पायऱ्या उतरू लागली. समोर भयाण अंधार पसरला होता; पण नवऱ्याच्या हृदयातील काळोखाच्या मानाने तो कमी भीतिप्रद होता. बाहेर रातकिड्यांची किरकिर ऐकू येत होती; पण तात्यांच्या मनातील पापी विचारांपेक्षा ती कमी कर्णकटू होती. सुधेने वर पाहिले, मेघांच्या पदराआड एका ताऱ्याला पोटाशी घेऊन रजनी त्याचे कौतुक करीत होती. तात्या रागाने बेफान होऊन ओरडले, "मूर्ख मुलगी!" रंगराव पिसाळून गर्जले, "बेफाम बायको!" चंद्रकांताने कण्हत हाक मारली, "आक्का, आक्का!"

१९२९

◆

कवडा पोर

कैलासनाथाच्या डोंगरीपुढे अथांग सागर पसरला होता; पण सीताताईचे लक्ष मेघनाथाच्या डोळ्यांतील पाण्याकडे होते. वर निळसर आकाशात चांदण्या चमचम चमकू लागल्या होत्या; पण तिचे मन भावाच्या चेहऱ्यावर चमकणाऱ्या तेजात गुंग होऊन गेले होते. एखाद्या बालदेवाने खेळण्याकरिता तयार केलेल्या चिमुकल्या नावेपुढे शुद्ध द्वितीयेची चंद्रकोर दिसत होती. मात्र बहिणीचा हृदयसागर त्या कोमल चंद्रिकेपेक्षा भावाच्या मुखावरील मृदू हास्य पाहूनच उचंबळत होता. आपल्या आवडत्या गाण्यांत रंगून जाणाऱ्या गवयाप्रमाणे सीताताईची भावाला बघता बघता प्रेमसमाधी लागली होती. मेघनाथही तटस्थ बसला होता. समोर पसरलेल्या समुद्राच्या अंतरंगातील खळबळ त्याच्या पृष्ठभागावर पाठशिवणीचा खेळ खेळणाऱ्या लहरींवरून जशी मुळीच कळत नव्हती, त्याप्रमाणे मेघनाथाच्या हृदयात चाललेल्या विचारांचा मागमूस त्याच्या चेहऱ्यावरील स्मितलहरींवरून मुळीच लागण्यासारखा नव्हता. साऱ्या जगात आपण दोनच माणसे आहोत, त्या दोन माणसांची मने दिव्य प्रेमाने भरून गेली आहेत, चराचर सृष्टी प्रेमसंगीताचे सूर काढीत आहे, असा त्या दोघांना भास होत होता. त्या प्रेमसमाधीचा भंग कसल्याशा पाखराच्या ओरडण्याने झाला. त्या आवाजात हृदय पिळवटून टाकणारा करुणरस भरला होता, असे दोघांनाही वाटले. भरून आलेल्या गळ्याने मेघनाथाने विचारले,

"ताई, कसले गं पाखरू आहे हे?"

"कवडा आहे तो!"

"याच्या ओरडण्याने डोळ्यांत आसवे का बरे येतात?"

“लोक म्हणतात, तो सारखा ‘ऊठ गं सीते, कवडा पोर... पोर’ असे म्हणत असतो.”

“खरेच, त्याचे करुणगीत सारखे ऐकत राहावेसे वाटते.”

“हसेल कोणीतरी तुला भाऊसाहेब. गाण्यातला एवढा मोठा दर्दी तू. दूरदूरचे गवई आपले गाणे तुला ऐकवण्याकरता मुद्दाम आपल्या संस्थानात येतात. तुझ्या नुसत्या मान डोलवण्याची किंमत इतर संस्थानांतल्या वंशपरंपरागत जहागिरीपेक्षा गवयांना अधिक वाटते!”

“कळते, कळते आम्हाला सारे हं, ताईसाहेब. आपण मला हरभऱ्याच्या झाडावर का चढविता आहात, हे न कळण्याइतका मी आता कुक्कुबाळ नाही!”

“भाऊसाहेब, तू आता कुक्कुबाळ नाहीस म्हणूनच मला तुला काही सांगायचे आहे. तू लहान होतास तेव्हाच्या भाऊबीजांना तुझ्याकडून ‘विद्या संपादन करीन’ अशा शब्दाची ओवाळणी मी घेतली, विद्या झाल्यावर ‘कीर्ती मिळवीन’ ही ओवाळणी घेतली. आता गादीवर येऊन चार-पाच वर्षे झाली. लहान मुले खाऊ नि खेळणी सोडून तिला पाहण्यासाठी दरवाजाकडे धावतात; राज्यातील तरुण पुरुष पत्नीचा बाहुपाश सोडवून तुझ्याकरता काळपाशात आपली मान द्यायला एका पायावर तयार असतात; वृद्ध ध्यानाला बसले की, त्यांना आराध्यदेवतेच्या जागी तुझीच मूर्ती दिसू लागते.”

मेघनाथ खो-खो करून हसत म्हणाला, “सीताताईच का गं तू? का दुसरीच कुणी आहेस? मला वाटले, आमच्या दरबारातला जुन्या काळचा कुणी भाटच बोलतो आहे. ताई, माया अंधळी असते म्हणूनच तुला इतका बोलकेपणा शोभतो बरे! मी राज्य चांगले चालविले इतकेच ना तुझे म्हणणे? तुझ्यासारख्या मायाळू बहिणीचे छत्र डोक्यावर होते म्हणूनच लोकांचा दुवा मला मिळविता आला हे मात्र तू विसरू नकोस म्हणजे झाले. सेतुबंधनाच्या वेळी पाषाण समुद्रावर तरले! पण तो गुण पाषाणांचा नव्हता; रामनामाचा होता!”

“अशी स्तुतीने स्तुती वाढवायची आणि शब्दांच्या पुरात मुद्याची नाव बुडवून टाकायची हा तर तुझा स्वभावच आहे. पण आज मी या जाळ्यात सापडायची नाही हं! आजच्या भाऊबीजेची मी मागेन ती ओवाळणी तू मला घालायला हवी!”

"एका गोष्टीशिवाय मागशील ती. राज्य पाहिजे तर राज्य देतो –"

"तुझ्या प्रेमाचे राज्य मला पुरे आहे."

"तुला दानधर्म करायचा असला तर त्याच्यासाठी माझ्या खासगीतली सगळी रत्ने देतो."

"तुझी रत्ने मला नकोत. मीच तुला एक रत्न देणार आहे. ते मात्र तू घेतलेच पाहिजेस."

"चौदावे वाटतं? त्याला आपली मुळीच हरकत नाही. वडील बहिणीच्या हातचा मार मिळायलादेखील भाग्यच लागते."

"उठल्या-सुटल्या कसली रे तुझी थट्टा भाऊसाहेब? मी तुला अगदी खरेपणाने सांगते की, मी देणार ते रत्न तू घेतलेच पाहिजे."

"पण चौदा रत्नांपैकी ते कोणते आहे हे कळल्यावाचून मी ते घ्यावे वाटते? खासा न्याय! म्हणजे चंद्र असेल म्हणून गळ्यात गळा घालायला जावे न् शंखच गळ्यात पडावा असे व्हायचे!"

"तुझ्या तोंडाला लागायला मी तुझ्याइतकी थोडीच शिकले आहे? भाऊसाहेब, आजपर्यंत तू माझ्या शब्दाबाहेर कधीही गेला नाहीस, आजही जाणार नाहीस असे वचन दे!"

"आधी वचन देऊन बसले की, दशरथाप्रमाणे मुलाला वनवासाला धाडायची पाळी येते, नाहीतर चांगुणेप्रमाणे त्याला उखळात कांडावे तरी लागते. तेव्हा आधी नाही बुवा आपण वचन देणार!"

"लग्नाचा नाही थांग न् म्हणे मुलाचे नाव सांग. आधी दोन हाताचे चार हात होऊ देत! मग खुशाल मुलाला वनवासाला पाठविण्याच्या गोष्टी कर."

"भावांना, मुलांना, पुतण्यांना, भाच्यांना चतुर्भुज करण्याची तुम्हा बायकांची धडपड पाहिली म्हणजे जग हा मोठा तुरुंग असून तो भरून टाकण्याची कामगिरी देवाने बायकांकडे दिली आहे, असे मला वाटू लागते."

"तुला काय वाटेल ते वाटो, तू मला आता वहिनी आणून देणार ना?"

"सीताताई, वहिनीलाच असे काय गं सोने लागले आहे? तू प्रेमाने माझ्या पाठीवरून हात फिरविलास म्हणजे पाठीशी लक्षावधी शूर शिपायांचे खडे सैन्य उभे असल्याइतका धीर मला येतो. तू मायेने

माझ्याकडे पाहिलेस म्हणजे अमृताची वृष्टी माझ्यावर झाल्यासारखी मला वाटते.''

''पण बहीण मायाळू असली म्हणून बायको करू नये असे कुठे सांगितले आहे?''

''सीताताई, एका म्यानात दोन तलवारी राहत नाहीत!''

''तुझे आपले नेहमी हे असेच. आता तुझे लग्न केले नाहीतर लोक मला बाहेर तोंड काढू देणार नाहीत. सारंगी तयार करणाराने ती नेहमीच आपल्यापाशी ठेवून चालत नाही. गोड गळ्याची तिने साथ करायला नको का!''

''सीताताई, नाही-नाही त्या कल्पना माझ्या मनात येतात. उद्या माझे लग्न झाल्यावर भावजयीपासून तुला सुख होईलच याचा काय नेम आहे?''

''सगळ्याच नणंदा-भावजया भांडतात की काय रे? तुम्ही दोघे सुखाने नांदलात की माझ्या डोळ्यांचे पारणे फिटेल. देवाने माझ्या भाऊरायाला नि माझ्या वहिनीला उदंड औक्षवंत करावे म्हणजे झाले.''

''तसे नव्हे गं ताई. उद्या तुला वाटेल, भावाचे आपल्यावरले प्रेम कमी झाले.''

कवड्याचा करुण स्वर पुन्हा त्यांच्या कानांवर पडला. 'ऊठ गं सीते, कवडा पोर पोर' हे शब्द नकळत मेघनाथाच्या मुखातून बाहेर पडले. तो सद्‌गदित स्वराने सीताताईजवळ जाऊन म्हणाला, ''ताई, तो कवडा म्हणतो त्याप्रमाणे मी पोरच आहे. मला पोरच राहू दे. मला थोर करण्याचा हट्ट का बरे धरतेस?''

''तुझे लग्न झाले नाहीतर उद्या गादीवर कोण बरे बसेल? असे वेड्यासारखे काय करावे? लग्न झाले म्हणून काही सगळ्यांचीच बहिणीवरची माया कमी होत नाही. रुक्मिणीला पट्टराणी करून द्रौपदीवर कृष्णाचे प्रेम कायम राहिलेच ना? माझा भाऊरायाही कृष्णच आहे. तुला गाणे फार-फार आवडते म्हणून अप्सरेपेक्षाही गोड गळ्याची एक मुलगी मी मुद्दाम पाहून ठेवली आहे.''

''अप्सरेपेक्षा गोड गळ्याची नको, या कवड्यापेक्षाही करुण सूर काढणारी हवी! पाहा, तो एकसारखा आक्रोश करतो आहे – ऊठ न सीते, कवडा पोर-पोर.''

"असे पोरासारखे करायचे नाही बरं आता. साऱ्या प्रजेचे डोळे तुझ्या लग्नाकडे लागले आहेत."

"मी नाही लग्नाला कबूल झालो तर –"

"तर –" सीताताई डोंगरीवरील अगदी टोकाच्या कड्याकडे गेली. खाली खडकावर समुद्राच्या लाटा जोरजोराने आपटत होत्या.

"ताई, मागे फीर. मागे फीर. तोलबिल जाईल चुकून!" मेघनाथ सीतेच्या मागोमाग धावत जाऊन म्हणाला.

"तू लग्न केले नाहीस तर काय करायचे हे या डोंगरावरील कैलासनाथ मला सांगेल. यःकश्चित लाटांना जर खडकावर उडी टाकताना भीती वाटत नाही –"

तिचा हात घट्ट धरून तिला मागे ओढीत मेघनाथ म्हणाला, 'मी लग्न केले नाही तर तू जीव देणार?"

मेघनाथाच्या अंगावर काटा व डोळ्यांत अश्रू उभे राहिले. "ताई, मी लग्न करतो!" तो रुद्ध कंठाने म्हणाला.

"या भाऊबीजेची ओवाळणी मला पोचली. आता पुढल्या भाऊबीजेला भाचा पाहिला की –"

"तुम्ही बायका म्हणजे सदा असंतुष्ट न् अधिऱ्या. वहिनी पदरात पडली नाही तोच भाच्याची मागणी सुरू झाली. सृष्टीनेच नऊ महिन्यांची मुदत ठेवली आहे म्हणून बरे! नाहीतर पुढच्या भाऊबीजेची ओवाळणी याच भाऊबीजेला मागून घेतली असतीस."

"पुढल्या भाऊबीजेला या कैलासनाथाच्या डोंगरीवरील कोणकोण येणार हे या समुद्राला आधी सांगायचे नाही हं भाऊसाहेब. त्याच्या सर्व रत्नांना निस्तेज ठरवील असे एक रत्न त्या वेळी इथे दिसणार आहे. त्या दिवशी ही चंद्राची कोर माझ्या भाच्याच्या गळ्यातला ताईत होईल; या साऱ्या नक्षत्रांचा घुंगुरवाळा मी त्याच्या पायांत घालीन; समुद्रातल्या मोत्यांच्या पाण्याने मी त्याला न्हाऊ घालीन आणि माझ्या छोट्या भाऊसाहेबाला दृष्ट लागू नये म्हणून माझ्या पंचप्राणांची त्याला तीट लावीन. पुढल्या भाऊबीजेला मध्ये मूल घेतलेली वहिनी आणि दोन्ही बाजूंनी आम्ही दोघे अशी इथे उभी राहू! नाही?"

सीतेचे हे वेड्यासारखे उद्‌गार ऐकून मेघनाथाच्या डोळ्यांतून कृतज्ञतेचे अश्रू वाहू लागले. ती दोघेही देवळाकडे वळली. कैलासनाथाच्या मंदिराचा

पहारेकरी हळूच गुणगुणत असलेले खालील चरण याच वेळी त्यांच्या कानांवर पडले.

लक्ष्मुमीच्या मुठीं। सापडला जगजेठी।
जिवाभावाची बहीण। गेला तिला विसरून।
यज्ञकुंडी उभा पडे। नाहि तुम्हाला सांकडे।
झोप क्षीरसागरांत । कशी येते दीनानाथ?।।

त्यांच्या पाठोपाठ कवड्याचा करुण स्वर घुमू लागला. नकळत बहीण-भावांच्या तोंडून शब्द निघाले, 'ऊठ गं सीते, कवडा पोर पोर.'

◆

मेघनाथ आणि चपला यांना मांडीवर घेऊन त्यांच्या तोंडात साखर घालताना सीतेला विलक्षण आनंद झाला. आजपर्यंत जे सुखस्वप्न तिने कल्पनाचक्षूंनी पाहिले होते, ते कैलासनाथाच्या कृपेने आता सत्यसृष्टीत उतरले होते. लहानपणीच आकाशाची कुऱ्हाड कोसळल्यामुळे तिच्या संसाराचा वृक्ष छिन्नभिन्न होऊन गेला होता; पण त्या वृक्षाला घालायचे सर्व प्रेमजल तिने आपल्या पोरक्या भावाच्या आयुष्यवेलीला घातले होते. भावजयीच्या तोंडात साखर घालताना ती म्हणाली,

"वहिनी, 'साखरेचे खाणार त्याला देव देणार' असे म्हणतात. आता तुला देव काय देणार, सांग पाहू?"

"देवाने द्यायचे ते दिले, तेव्हाच साखरेचे खायला मिळाले." चपलेने उत्तर दिले.

जोडप्याने सीतेला नमस्कार केला तेव्हा 'कैलासनाथा, माझे सारे आयुष्य देऊन या जोडप्यावर तू आपल्या कृपेची पाखर घाल' अशी तिने देवाची मूकप्रार्थना केली. तिच्या प्रार्थनेचे उत्तर म्हणूनच की काय आकाशवाणी व्हावी त्याप्रमाणे कुठूनसा कवड्याचा करुण व उत्कंठित स्वर आला, 'ऊठ गं सीते, कवडा पोर पोर.'

'दिसते तसे नसते' हा अनुभव संसाराच्या बाबतीत सीतेला लवकरच येऊ लागला. मेघनाथाला आजपर्यंत तिने जीव की प्राण केले होते. पण तिचा हा जीव आता पूर्वीप्रमाणे तिच्याजवळ नसल्यामुळे तिच्या दिनक्रमाला एक प्रकारची प्रेतकळा आली. सीताताई पूजेला बसली की, मेघनाथाची स्वारी तेथे येऊन थट्टामस्करी करायला बसलीच, असा आजपर्यंतचा

क्रम होता. तिने शंकराच्या पिंडीवर बेल वाहायला सुरुवात केली की मेघनाथ म्हणे, 'ताई, या बाईलवेड्या देवाची पूजा करण्यात काय गं अर्थ आहे? मोठा लबाड देव आहे हं हा. कुणाला सांब वाटतो, तर कुणाला रुद्रावतार वाटतो. अंगाला राख फासून स्मशानात जायची याची तयारी! पण पार्वतीला मात्र क्षणभरदेखील विसंबत नाही स्वारी! इतरांनी अर्धनारीनटेश्वर म्हटले, तरी त्याची त्याला लाज नाही. अगं, असल्या देवाची पूजा करणे म्हणजे माझ्यासारख्याने बायकोला डोक्यावर घेऊन नाचावे असा उपदेश करण्यासारखेच नाही का? उद्या लग्न झाल्यावर मीही जर अर्धनारीनटेश्वर झालो, तर ते तुला आवडेल का?' सीताताई या थट्टेला हसून छोटेसेच उत्तर देई, 'अर्धनारीनटेश्वर होण्याकरता का होईना, तू लग्न कर म्हणजे झाले!' देव्हाऱ्यातील लंगडा बाळकृष्ण पाहून मेघनाथाला विनोद करण्याची लहर येई, 'ताई, हा बाळकृष्ण लंगडा का झाला तुला माहीत आहे का? तुला वाटत असेल दूध, दही चोरण्याकरता कुणातरी गवळ्याच्या घरी शिरला असेल नि खिडकीतून उडी टाकताना त्याचा पाय मोडला असेल. पण हे काही खरे कारण नाही हो. मुलाचे पाय पाळण्यात दिसतात तसे याचेही यशोदेला दिसले होते. तिने पाहिले की, स्वारी पुढे बायकोला घेऊन 'नवरा राजा न् नवरी राणी' असा संसार करण्याकरता मथुरेहून पळून जाणार. तेव्हा तिने लहानपणीच त्याचा पाय मोडून ठेवला. सीताताई, तूही माझा पाय तसाच मोडून ठेव; म्हणजे लग्न झाल्यावर मी बायकोच्या नादी लागून तुला टाकून कुठे जाणार नाही!'

'पाय मोडला तरी बाळकृष्ण द्वारकेला जायचा तो गेलाच की.' सीताताई मेघनाथाला उत्तर देई.

सीताताईची पूजेची व चपलेची वेणी-फणीची वेळ एकच असल्यामुळे लग्न झाल्यानंतर पूजेच्या वेळची मेघनाथाची ही हजिरी चुकू लागली. देव्हाऱ्यांतील निर्जीव देवांपेक्षा प्रसाधनमंदिरांतील सजीव देवतेकडे पाहत बसण्यात अधिक आनंद आहे असे त्याला आढळून येऊ लागले. आरशापुढे उभी राहून चपला भांग काढू लागली की, मेघमंडळातून चमकत जाणाऱ्या विजेप्रमाणे ते दृश्य त्याला मनोहर वाटे. आकाशातील वीज डोळ्यांना आनंद पण कानांना त्रास देते. परंतु चपलेच्या केशकलापातील वीज प्रकट होत असताना तिला तिच्या गोड गळ्याची जोड मिळत

असल्यामुळे मेघनाथाला ईश्वरी सृष्टीतील न मिळणारा आनंद लाभत असे. शंकराला पांढरीची फुले वाहायची असल्यामुळे सीताताईच्या पूजेत गुलाबाचे डौलदार फूल वाटोळ्या पिंडीवर पाहण्याचा योग मेघनाथाला कधीच आला नव्हता. पण चपलेने अंबाड्यावर गुलाबाचे फूल खोवले की, देव्हाऱ्यात कधीही न दिसणारा देखावा त्याला दिसू लागे व उदयगिरीवर आरूढ झालेल्या सूर्यबिंबाप्रमाणे ते फूल आपल्यावर तेजाची व उत्साहाची वृष्टी करीत आहे असा त्याला भास होई. देवाला लावायचे गंध व चपला लावीत असलेले कुंकू यांतही सौंदर्याच्या दृष्टीने जमीनअस्मानाचे अंतर होते. पहिले भसाड्या आवाजाच्या मनुष्याने स्वच्छंद म्हटलेल्या गाण्याप्रमाणे वाटे, तर दुसरे उत्कृष्ट गवयाच्या तालबद्ध चीजेप्रमाणे भासे. सीताताईच्या पूजेत मेघनाथाला देवाला शिवण्याची बंदी होती व उत्तमातील उत्तम प्रसाद म्हणजे दूध अगर साखर हा मिळे. चपलेच्या प्रसाधनपूजेत देवतेला शिवले असताना हरकत नव्हती; एवढेच नव्हे, तर भक्ताने स्पर्श केल्याशिवाय देवता प्रसन्न झाल्यासारखी दिसतच नसे. या पूजेत पूजा होण्यापूर्वीच अमृताचा नैवेद्य मिळण्यालाही कधी अडचण पडत नसे. शंकरावर वाहिलेल्या कमळापेक्षा चपलेचे डोळे, देव्हाऱ्यातील जाई-जुईपेक्षा चपलेने मंदस्मित केले की तिचे अर्धस्फुट दिसणारे दात, बेलाच्या तिकट्यापेक्षा तिच्या डोक्यावरील पिंपळपान, दूर्वांकुरापेक्षा तिचे काळे कुरळे केस आणि घंटानादापेक्षा तिचा मधुर स्वर मेघनाथाला अधिकाधिक आकर्षू लागला.

भाऊ या जादूने भारला गेल्यामुळे बहिणीचे पूजेकडे लक्ष लागेनासे झाले. जणूकाय तिच्या पूजेचे आराध्यदैवतच नाहीसे झाले होते. मेघनाथ जिथे बसत असे ती जागा रिकामी राहिलेली पाहून नकळत सीतेच्या डोळ्यांतून अश्रू वाहू लागत व त्या गंगायमुनांनीच देवांचे स्नान घडत असे. देवांवरील कोमेजलेले निर्माल्य काढताना ताज्या फुलांनी भरलेल्या परडीकडे तिचे लक्ष जात असे आणि या निर्माल्याला ही ताजी फुले ज्याप्रमाणे हसत आहेत त्याप्रमाणे आपली भावजयही या वेळी आपणाला हसत असेल, असा विचार मनात येऊन तिचे अंतःकरण पिळवटून जाई. बेल म्हणून शंकराला ती तुळशीपत्रे वाही नि ही चूक मागून लक्षात आली म्हणजे हरिहर एकच आहेत या वेदांताने आपल्या मनाचे समाधान करून घेई.

जी स्थिती पूजेची, तीच स्नानाची, जेवणाची व उठण्याबसण्याची होऊ लागली.

लग्न होण्यापूर्वी मंदाकिनीवर प्रात:काळी सीताताई व मेघनाथ जात असत. मेघनाथ एकदम खोल पाण्यात उडी टाकून भराभर पोहू लागे व पाण्याबाहेर दिसणारे त्याचे तेजस्वी मुख पाहून आकाशात पोहणाऱ्या सूर्याची आठवण सीताताईला होई. तोंडाने स्तोत्रे म्हणत पण मनाने मेघनाथाचे कौतुक करीत त्याचे पोहणे होईपर्यंत ती घाटाच्या पहिल्या पायरीवर पाण्यात पाय बुडवून राही. मेघनाथ मधूनमधून दम कोंडून पाण्यात बुडत असे. तो पाण्यात जाऊन दिसेनासा झाला की सीताताईचा जीव खालीवर होऊ लागे. आतील एखाद्या विचित्र खडकात तो अडकणार तर नाही ना, अशी तिच्या प्रेमळ मनाला शंका येई. वरून शांत दिसणाऱ्या अथांग जलाशयातून कवीच्या स्फूर्तीप्रमाणे मेघनाथ एकदम वर उसळून आला की तिच्या सर्व कुशंकांचे धुके वितळून जाई. पोहता पोहता मेघनाथ गाऊ लागला की, जणूकाय सत्यलोकातील सरोवरात पोहणारा हंसच आपण पाहत आहोत आणि त्यावर अदृश्य स्वरूपाने विराजमान झालेल्या ब्रह्मदेवाचे गंभीर वेदपठणच आपल्या कानांवर पडत आहे असा तिला भास होई.

पण आता सकाळी लवकर स्नान केल्यामुळे चपलेला थंडी होईल म्हणून मेघनाथानेही प्रात:स्नान सोडून दिले. परलोकाचा मुशाफर मृत्यूच्या दरवाजातून जसा एकटाच जड अंत:करणाने जात असतो, त्याप्रमाणे सीताताई स्नानाला जाऊ लागली.

चपलेला लवकरच डोहाळे लागल्यामुळे तिचे जेवण शयनमंदिरातच होऊ लागले. तिच्या डोळ्यांतील पाण्याने तहान व ओठांतील अमृताने भूक शमत असल्यामुळेच की काय मेघनाथही सीताताईच्या पंक्तीला नियमाने येईनासा झाला. पूर्वी भावाच्या थट्टामस्करीच्या बोलण्यात सीताताईला जेवण सुखाच्या क्षणाप्रमाणे भराभर जात असे. पण आता दु:खाच्या पळाप्रमाणे तिच्या हातात प्रत्येक घास रेंगाळू लागला.

उठण्याबसण्याच्या बाबतीतही तोच अनुभव. मेघनाथाला गाण्याची आवड असल्यामुळे व चपला सीतावन्संसारख्या वडील माणसांच्या पुढ्यात गायला लाजत असल्यामुळे कैलासनाथाच्या डोंगरीवर फिरायला असो अगर वाड्यानजीकच्या रमणीय बागेत बसायला असो, नवरा-

बायको दोघेच जाऊ लागली. मेघनाथ व चपला एखाद्या कुंजात जाऊन बसली की सीताताई आपल्या महालाच्या खिडकीत उजव्या हाताच्या तळव्यावर डोके टेकून आकाशाकडे उदास मुद्रेने पाहत राही. एखाद्या मिश्ररागाप्रमाणे भासणारा नवरा-बायकोच्या हास्याचा मधुर स्वर तिच्या कानांना मात्र तापलेल्या तेलासारखा वाटे. चपलेची तान तर सुरीप्रमाणे तिचे हृदय भेदून जात असे. ती स्फुंद-स्फुंदून आकाशाकडे पाहत राही व आपल्या मनाशीच म्हणे, 'कैलासनाथा, या जगात एकाला दुःख झाल्यावाचून दुसऱ्याला सुख मिळतच नाही का रे?'

तिच्या क्षुब्ध हृदयात तुमुल रणकंदन सुरू होई. एक मन सांगे, 'बाई, कुठेही गेले तरी पळसाला पाने तीनच. साऱ्या जगात हेच चालले आहे. माया ही नदीप्रमाणे अधोवाहिनीच असायची. चपलेने काही मेघनाथाला जादूटोणा केला नाही. मेघनाथही काही मुद्दाम तुझा अपमान करीत नाही. पण आम्रवृक्ष व लतिका यांचा संगम घडवून आणाऱ्या वायुलहरींची लुडबूड नंतर त्या दोघांनाही त्रासदायकच वाटते ना?' दुसरे मन म्हणे, 'ते काही नाही. तू आजपर्यंत मेघनाथाला तळहातावरच्या फोडाप्रमाणे वागविले आहेस. मेघनाथ काही आता लहान नाही. बायकोप्रमाणे बहिणीचीही त्याने काळजी करायला नको का? बायकोच्या तोंडचा प्रत्येक शब्द झेलायला एका पायावर उभे असणाराने बहिणीशी तोंडदेखले तरी गोड बोलू नये का? पूर्वीचा तो मेघनाथ कुठे गेला? पुरुषाचे प्रेम तेरड्याच्या रंगाप्रमाणे असते हेच खरे!'

या दोन्ही मनांचा झगडा सुरू झाला की, न्यायाधीशाप्रमाणे त्यांच्या भांडणाचा निकाल करण्यासाठी एक तिसरेच मन उत्पन्न होई आणि मोठ्या गंभीरपणे उपदेश करू लागे, 'समुद्राच्या दोन्ही किनाऱ्यांना भरती कधी लाभत नाही. पृथ्वीच्या दोन्ही गोलार्धांना सूर्य एकदमच प्रकाशित करू शकत नाही. मग बहीण व बायको यांच्यावर सारखेच प्रेम एखाद्याला कसे करता येईल? बहीण आपल्या नवऱ्याला सोडून भावाच्या भजनी लागेल का? सूर्य उगवला म्हणजे चंद्र जसा निस्तेज दिसू लागतो, त्याप्रमाणे संसारातील जोडीदाराच्या प्रेमापुढे इतरांचे प्रेम फिक्के पडते. याला कोणी मदनाचा प्रभाव म्हणो अथवा निसर्गाचे आकर्षण म्हणो. मातेचे अगर बहिणीचे प्रेम पुरुषाला अपुरेच वाटते. आजपर्यंत मेघनाथाने तुझ्यावर प्रेम केले ते खोटे नव्हते. पण तुझ्या

प्रेमापेक्षा निराळे असे उन्मादक प्रेम मिळाल्यावर त्याला पूर्वीसारखी तुझी आठवण होणार नाही. काही झाले तरी बायकोचे प्रेम म्हणजे मद्य. बहिणीचे प्रेम म्हणजे पाणी.'

या तिन्ही मनांच्या युद्धात सीताताईची पदोपदी त्रेधा होऊ लागली. मेघनाथाने चपलेवर प्रेम करू नये, असे तिला मुळीच वाटत नव्हते. मेघनाथाने चपलेशी अबोला धरला असता, तर आपल्या गळ्याची शपथ घालून ताईने त्याला तिच्याशी बोलायला लावले असते. मेघनाथाने बायकोला दूर लोटले असते, तर बहिणीने मोठ्या प्रेमाने तिला जवळ ओढले असते. भावाचे भावजयीवर प्रेम असावे, अगदी समुद्राप्रमाणे अथांग प्रेम असावे; पण त्या प्रेमात आपल्यावरील प्रेमाची 'दर्यामें खसखस' अशी स्थिती होऊ नये एवढीच सीताताईची इच्छा होती. स्वत:भोवती घिरट्या घालणारा चंद्र मिळाला म्हणून काही पृथ्वी सूर्याला प्रदक्षिणा घालण्याचे आपले व्रत टाकून देत नाही. आपल्या भावानेही तसेच करायला पाहिजे होते, हा विचार पदोपदी तिच्या मनात उत्पन्न होई. बाहेर जायला दुसरा मार्गच नसल्यामुळे कारंजाचे पाणी जसे वर उचंबळून उडू लागते, त्याप्रमाणे आई, बाप, भाऊ वगैरे कोणीच नसल्यामुळे मेघनाथाची प्रेम करण्याची सर्व शक्ती लग्न होईपर्यंत बहिणीच्याच दिशेने जात होती. त्या प्रेमप्रवाहाला फाटा फुटल्यामुळे त्याचा उत्कटपणा आता मंदावला. शिवाय चपलेचा स्वभाव तिच्या गळ्याहूनही गोड होता. तिचे हृदय तिच्या करुणगीतांमध्ये व्यक्त होणाऱ्या कोमल सुरांहूनही मृदू होते. आपल्या गाण्याप्रमाणे रूपानेही मनुष्याला तल्लीन करून सोडण्याचे सामर्थ्य देवाने तिला दिले होते. उत्तम नवे खेळणे मिळाले म्हणजे त्या नादात बालक आईचीही आठवण जशी विसरून जाते, रसाळ काव्य हातात पडले की रसिकाची भूक-तहान जशी हरपते, सुखस्वप्न पडू लागले की जागृतीतील सर्व गोष्टींचे स्मरण जसे बुडून जाते त्याप्रमाणे चपलेच्या सहवासात मेघनाथाची स्थिती झाली होती. प्रणयाच्या मदिरेने तो इतका धुंद होऊन जात असे की, त्याला इतर सर्व गोष्टींची विस्मृती पडे. सीताताईचे एकाकी हृदय किती व्याकूळ होऊन काळ कंठित असेल, याची त्याला प्रिय हृदयाच्या सहवासात मुळीच कल्पना येईनाशी झाली. बिचाऱ्या चपलेला तर नणंदेच्या हृदयातील वादळाची यत्किंचितही जाणीव नव्हती. तिचे नवे

जग तिच्या पतीच्या विविध मूर्तींनी भरून गेले होते. त्या जगातील सारी पुष्पसृष्टी त्याच्या बाहूंत अवतरली होती. पृथ्वीवरील साऱ्या नद्या त्याच्या वाणीच्या रूपाने तिला मंगल स्नान घालीत होत्या. तिचे स्वत:चे हृदयमंदिर द्वारकेप्रमाणे सुंदर व सोन्याने सजलेले असे होते. पण ही सजावट सीताताईचे हृदयमंदिर भग्न करून आणली होती हे मात्र तिच्या स्वप्नीही नव्हते.

रामनवमीचा दिवस होता. राजवाड्यात कोणीसे एक नव्या तऱ्हेचे फूल आणले. ते फूल महिनेच्या महिने टवटवीत राहते अशी त्याची ख्याती होती. मेघनाथाने ते फूल आरशासमोर अंबाडा बांधून कुंकू लावीत बसलेल्या चपलेच्या केसांत नेऊन खोवले. आरशात फुलाचे प्रतिबिंब पडलेले पाहून दचकून चपलेने मागे वळून पाहिले. मेघनाथाचे ओठ आणि तिचे ओठ यांचा तिच्या खांद्यावर संगम झाला. असले न कोमेजणारे फूल आपल्या देवाला पाहिजे, असा इतक्यात सीताताईचा निरोप आला. केसांत घातलेले फूल देवाला वाहणे योग्य होणार नाही म्हणून मेघनाथाने फूल देवाला वाहायला योग्य नाही, असे उत्तर धाडले. नदीप्रमाणे निरोपही वाढता-वाढता गढूळ होऊन जातो. 'फूल मिळणार नाही, ते देवाला वाहणे योग्य नाही,' वगैरे शब्द सीताताईच्या कानांवर गेले. सारा राजवाडा ज्या फुलाची वाखाणणी करतो, ते आपल्या देवाला वाहण्याच्या लायकीचे नाही, असे भावाने सांगून पाठविल्याबद्दल सीताताईला फार वाईट वाटले. त्या दिवशी तिच्या देवाची पूजा नव्या फुलाऐवजी अश्रूंच्या फुलांनी झाली व इच्छा नसताही तिच्या हातून उपवास घडला. त्या नव्या फुलाबद्दल बक्षीस म्हणून चपलेने मेघनाथाला एक नवे गाणे म्हणून दाखविले. त्या गाण्याच्या रंगात सीताताई जेवली की नाही याची चौकशी करण्याचे भानही मेघनाथाला राहिले नाही.

दुसऱ्या दिवशी एक उत्कृष्ट कारागिरीची अंगठी मेघनाथाला कोणीशी नजर केली. चपलेला हा सातवा महिना असल्यामुळे तिचे मन शक्य तितके आनंदी ठेवण्याचा मेघनाथ प्रयत्न करी. त्याने तत्काळ ती अंगठी नेऊन तिच्या बोटात घातली. साऱ्या राजवाड्यात त्या अंगठीच्या गोष्टी सुरू झाल्या तेव्हा कोठे सीताताईला तिची दाद लागली. पूर्वी लहानसहान प्रत्येक गोष्ट आपणाला दाखविणाऱ्या मेघनाथाने एवढी सुंदर अंगठी

आपणाला दाखवूदेखील नये याचे सीताताईला फार वाईट वाटले. ती रात्र अश्रूंनी आपली उशी ओलीचिंब करण्यात तिने घालविली.

दसऱ्याचे सोने म्हणून एका कवीने चपलाराणीसाहेबांना अतिशय आवडणाऱ्या एका चालीवर एक गीत रचून ते मेघनाथाला नजर केले. दुसऱ्या दिवशी पहाटे चपलेने ते आपल्या गोड गळ्याने पतीला म्हणून दाखविले. त्या काव्याचा अर्थ वर गद्यात कवीने दिलेल्या प्रास्ताविक टीपेवरून ताडणे भाग होते. यंत्राच्या नादी लागून शेतीकडे दुर्लक्ष केले की देश रसातळाला जातो, हा त्या गीताचा विषय होता. यंत्रे विजेने चालत असल्यामुळे व राजकुटुंबातील माणसांची काव्यात जितकी जास्त नावे घालता येतील, तितके मोठे बक्षीस मिळण्याची आशा असल्यामुळे या यांत्रिक शक्तीला कवीने 'चपला' म्हटले होते. मेघनाथ चपलेच्या मागून आकाशात धावत आहे व इकडे सीता (सीता म्हणजे शेती अशी कवींनी खाली टीप दिली होती. तिचा खरे-खोटेपणा कोशावरून कोणालाही कळून येईल.) वाळून चालली आहे असे शेतीच्या हालाखीच्या स्थितीचे या गीतात वर्णन केले होते. 'मेघनाथ चपलेच्या मागून धावत आहे व सीता वाळून चालली आहे,' या वाक्यातील शेतीसंबंधीचा खोल अर्थ मेघनाथाला मुळीच कळला नाही. पण त्याच्या हृदयात पश्चात्तापाची प्रचंड अग्निज्वाळा एकदम उफाळली व चपलेचे गाणे संपण्याच्या आधीच तो सीताताईला भेटायला गेला. ताईच्या पायांवर डोके ठेवायचे व ते अश्रूंनी न्हाऊन आतापर्यंत तिच्याकडे झालेल्या दुर्लक्षाबद्दल क्षमा मागायची असा त्याने विचार केला. तिच्या खोलीच्या दारात जाऊन त्याने हाक मारली "ताई!"

खोलीतून उत्तर आले नाही. आत जाऊन तो मोठ्याने म्हणाला, "सीताताई –" दरवाजाकडे असलेले आपले तोंड सीताताईने भिंतीकडे फिरविले. ती एकही शब्द बोलली नाही. चपलेच्या गाण्याचे सूर मेघनाथाला परत महालात बोलवीत होते. सीताताई त्याच्याशी एकही शब्द बोलायला तयार नव्हती. प्रेमाने प्रेम, त्याप्रमाणे अभिमानाने अभिमान वाढतो. सीतेप्रमाणे मेघनाथाच्याही मनावर अहंकाराचा पगडा बसला. ताई बोलत नाहीतर आपल्याला तरी इथे राहून काय करायचे आहे, असा विचार करून तो परत जाण्याकरिता दरवाजाकडे वळला. इतक्यात कुठूनसा कवड्याचा करुण स्वर त्याच्या कानांवर पडला, 'ऊठ

गं सीते, कवडा पोर पोर...' ते सूर मेघनाथाच्या हृदयात घुमू लागले. अहंकारावर प्रीतीने विजय मिळविला. मेघनाथाने तोंड फिरवून सद्‌गदित कंठाने हाक मारली, "ताई, सीताताई, ताई ऊठ!" उत्तरादाखल शब्द नाही, हात हलला नाही, निःश्वासदेखील नाही. अहंकाराला क्रोधाची साथ मिळाली. मेघनाथ झटक्याने खोलीतून निघून गेला. कवडा बाहेर ओरडतच होता – 'ऊठ गं सीते, कवडा पोर पोर....'

त्या दिवसापासून बहीणभाऊ एकमेकांशी मुळीच बोलली नाहीत. शब्द ओठांपर्यंत येत, अश्रू डोळ्यांपर्यंत येत; पण अभिमान त्यांना मागे खेचून नेत असे. मेघनाथ काही झाले तरी आपला धाकटा भाऊ, त्याची चूक आपण पोटात घालायला पाहिजे असे अंथरुणावर विचार करता-करता सीताताईला वाटे व ती त्याच्या महालाकडे जायला निघे; पण लगेच या वेळी तो त्या तालेवार पोरीची पूजा करीत बसला असेल, त्या कवटाळिणीपुढे त्याला आपली कवडीचीही किंमत वाटणार नाही, असा विचार मनात येऊन ती आपले पाऊल मागे घेई. सीताताई काही झाले तरी आपली वडील बहीण, तिने आजपर्यंत आपल्याला पोटच्या मुलाप्रमाणे वागविले आहे, तिच्यापुढे कसला अभिमान धरायचा असे वाटून मेघनाथ तिची क्षमा मागण्याचा निश्चय करी, पण अहंकाराचे पिशाच तत्काळ जागे होऊन तो निश्चय ढासळून टाकी. 'तू कुणाची' म्हणून त्याने चपलेला विचारले की, ती त्याच्या खांद्यावर मान टाकी व बालक मातेकडे ज्या विश्वस्त व प्रेमळ दृष्टीने पाहते, त्या दृष्टीने त्याच्याकडे पाहत राही. 'मी कोणाचा' म्हणून मेघनाथाने चपलेला विचारले की, ती त्याचे मस्तक आपल्या स्कंधावर घेई व त्याला अशी घट्ट मिठी मारी की प्रत्यक्ष काळालादेखील तिच्या बाहुपाशाच्या दृढतेचा हेवा वाटला असता. चपलेचा हा लाडकेपणा, ही एकनिष्ठा, हे गोड परावलंबन सीताताईत मेघनाथाला कधीही आढळले नव्हते. त्याच्या पुरुषी अहंकाराचे समाधान चपलेच्या आत्मसमर्पणाने झाले होते. बहिणीवरील प्रेम त्याला पुढे ओढू लागले की, हा अहंकार त्याला पायबंद घाली. शेवटी मध्येच शरण जाण्यापेक्षा भाऊबीजेच्या दिवशी द्यायची ओवाळणी ताईला क्षमायाचनेच्या अश्रूंत भिजवून द्यावी, असे त्याने ठरविले. भाऊबीजेला मेघनाथ आपल्याकडे आला की, 'गेले ते गंगाला मिळाले' असे सांगून मेघनाथाच्या पाठीवरून हात फिरवायचा नि चपलेला मायेने

जवळ घ्यायची असे सीताताईनेही आपल्या संतप्त मनाला बजावले.

वीस युगांप्रमाणे भासणारे वीस दिवस संपून एकदाची भाऊबीज उगवली. आज संध्याकाळी ताई आपल्याशी पूर्वीप्रमाणे प्रेमाने बोलणार, भाऊ आपली पूर्वीप्रमाणे मायेने थट्टा करणार म्हणून मेघनाथ व सीताताई मनातल्या मनात आनंदित झाली होती. त्या आनंदाच्या सागरात मेघनाथाचे मन पोहत असताना चपला त्याला हळूच म्हणाली,

"माझी एक हौस पुरविणे होईल का?"

"मला सोडून जाण्याखेरीज दुसरे कोणतेही डोहाळे असले तरी मी ते पुरवीन."

"मला गडे होडीत बसून फिरावेसे वाटते आहे आज."

"सीतेला गंगेत स्नान करण्याचे डोहाळे आठवले न् त्याचा परिणाम रामाने तिला टाकून देण्यात झाला, हे आठवते आहे ना? "

"पण रामापेक्षाही अधिक मायेचे माणूस मला मिळाले असले तर?"

"समुद्रावर फिरण्याचे डोहाळे काही वाईट नाहीत म्हणा. तुला होणारा मुलगा उद्या समुद्रावर स्वामित्व गाजविणार असाचा याचा अर्थ होतो."

अर्ध्या घटकेत सर्व तयारी होऊन कैलासनाथाच्या डोंगरीलगतच्या समुद्राकडे खाशा स्वाऱ्या निघून गेल्या. सीताताईने आज भावासाठी मुद्दाम स्वत: स्वयंपाक केला होता. अकरा झाले, बारा झाले तरी मेघनाथाचा पत्ता नाही. चौकशीअंती मेघनाथ नि चपला कैलासनाथाच्या डोंगरीवरच राहिली आहेत व संध्याकाळपर्यंत परत येणार नाहीत असे तिला कळले. भावासाठी मुद्दाम केलेले पदार्थ बाजूला सारून सीताताई तोंडात पाण्याचा थेंबही न घालता आपल्या खोलीत जाऊन रडत बसली.

मेघनाथ दुपारी जेवायला राजवाड्यात परत जायचे अशा बेताने गेला होता खरा, पण होडीत बसल्यानंतर चपला गाऊ लागली तेव्हा वेळ किती झरझर गेला याचे त्याला भानही राहिले नाही. चपलेची हौस तृप्त न झाल्यामुळे दुपारचा मुक्काम कैलासनाथाच्या देवळातच करण्याचे त्याने ठरविले. पुन्हा संध्याकाळी होडीतून फिरण्याचा कार्यक्रम सुरू झाला. एका बाजूला डोंगरीवर कैलासनाथाच्या देवळाचे सोन्याचे शिखर व दुसऱ्या बाजूला मावळणाऱ्या सूर्यामुळे सोनेरी झालेली पश्चिम दिशा

यांच्याकडे पाहत आणि समुद्राच्या लाटांच्या तालावर चाललेले गाणे ऐकत मेघनाथ होडी वल्हवीत होता. आकाशात समुद्राच्या लहरींकडून ओवाळणी घेण्याकरिता द्वितीयेचा चंद्र उगवला. तरीही मेघनाथ व चपला यांना नौकाविहार पुरा करावासा वाटला नाही. शेवटी दूर उभ्या असणाऱ्या हुजऱ्याने पाण्यात भिजत येऊन अंधार पडू लागला असे भीतभीत सांगितले तेव्हा मेघनाथाने होडी किनाऱ्याला लावली. आकाशातील चंद्रकोर पाहण्याकरिता नवराबायकोंनी सहज वर पाहिले तो कैलासनाथाच्या डोंगरीवर कोणीतरी माणूस उभे असल्याचा त्यांना भास झाला. निसर्गाकडून ओवाळून घेण्याकरिता देवी पवित्रता तर त्या सुंदर जागी येऊन उभी राहिली नाही ना, असा विचार मेघनाथाच्या मनात आला. त्या वेळी कवड्याचा तो चिरपरिचित करुण स्वर त्याच्या कानांवर पडला – 'ऊठ गं सीते, कवडा पोर पोर....'

चपलेने त्याचे हे शब्द ऐकले. "याचा अर्थ काय?" तिने हसत-हसत विचारले.

"अर्थ त्या कवड्याला माहीत. तो पाहा सारखा कसा ओरडत आहे. तो म्हणे नेहमी 'ऊठ गं सीते, कवडा पोर पोर' असे म्हणतो. "

"पण ही सीता कोण?" चपलेने विचारले.

मेघनाथ स्तब्ध राहिला. सीता या शब्दाने त्याला बहिणीची आठवण झाली. आज दुपारी आपण गेलो नाही म्हणून तिला फार वाईट वाटले असेल हे आता त्याच्या ध्यानात आले. मेघनाथ बोलत नाही असे पाहून मागे असलेला हुजऱ्या धीटपणाने म्हणाला,

"मी सांगू का राणीसाहेब?"

"हं, सांग पाहू!"

"ही सीता त्या कवड्याची बहीण. एकदा कवड्याने बायकोला व बहिणीला शेरशेर भात देऊन त्याचे पोहे करायला सांगितले. बायकोचे पोहे शेराचे शेर झाले; बहिणीचे कमी भरले. बायकोचे पोहे मापाला जास्त भरले तरी ते तांबडे नि अर्धवट सडलेले होते आणि बहिणीचे कमी भरले तरी ते पांढरे स्वच्छ न् चांगले सडीक होते, हे काही कवड्याच्या लक्षात आले नाही. तो आपल्या बहिणीवर रागावला न् म्हणाला, 'सीते, माझ्यावर तुझी खरी मायाच नाही. खरी माया हिची आहे. म्हणून हिचे पोहे अधिक झाले.' सीतेच्या जिव्हारी ते बोलणे

लागले. ती एकदम म्हणाली, 'धरणीमाते, बहिणीची माया बायकोच्या मायेपेक्षा जर तिळभरही कमी नसेल, तर तू मला आपल्या पोटात घे!' धरणी तत्काळ दुभंगली न् सीता आत गेली. सीता नाहीशी झालेली पाहून कवड्याचे डोळे उघडले. तेव्हापासून तो सारखा तिला 'ऊठ गं सीते, कवडा पोर पोर' म्हणून हाका मारीत असतो. गोष्ट अगदी खरी आहे बघा राणीसाहेब. पावसाळ्यात कवड्याच्या बहिणीचे पांढरे भात न् त्याच्या बायकोचे तांबडे भात उगवलेले दिसतेच ना?''

मेघनाथ हुजऱ्याची गोष्ट मन लावून ऐकत होता. त्याच्या अंतःकरणाला पश्चात्तापाच्या इंगळ्या लागल्या. कवड्याचा स्वर एकसारखा त्याच्या कानांवर पडत हातो. कवड्याच्या गोष्टीचेच त्याचे हळवे मन चिंतन करीत होते. डोंगरी चढून जाताच तो हुजऱ्याला म्हणाला,

''तू देवळाकडे जा; आम्ही त्या खडकावर उभे राहून चांदण्यांत दिसणारी समुद्राची शोभा थोडा वेळ पाहतो व मग देवळाकडे येतो!''

''पण सोबतीला –'' हुजऱ्या हळूच म्हणाला.

''सोबत या चंद्राच्या कोरीची आहे ना? जा तू.'' मघाशी डोंगरीवर दिसलेले माणूस सीताताई तर नसेल ना, असा पुसट संशय मेघनाथाला आला होता. आपली व ताईची गाठ आता हुजऱ्यादेखत पडणे बरे नाही असे वाटूनच हुजऱ्याला देवळाकडे पाठविण्याची ही युक्ती त्याने काढली होती. हुजऱ्या देवळाकडे चालू लागला व नवराबायको समुद्राकडील उंच कड्याकडे आली. अगदी जवळ येताच त्याच्यावर कोणीतरी उभे आहे असे दोघांनाही वाटले. कैलासनाथाच्या देवळाकडे तोंड करून व हात जोडून ती व्यक्ती उभी राहिली होती. मेघनाथाचे हृदय धडधडू लागले. चपलेला मागे टाकून तो खडकाकडे धावणार, इतक्यात 'देवा, माझ्या भाऊरायाला सुखी ठेव,' ही अक्षरे त्याच्या कानांवर पडली. तो ओळखीचा आवाज कानांवर पडताच त्याच्या काळजात चर्र झाले, डोळ्यांपुढे क्षणभर अंधारी आली. डोळे उघडून खडकाकडे तो धावत गेला. पण तेथे काय होते? खाली समुद्रातील खडकावर कोणीतरी धाडकन कोसळल्याचा आवाज तेवढा त्याला ऐकू आला. लगेच 'ऊठ गं सीते, कवडा पोर पोर' हे कवड्याचे करुणगीतही त्याच्या कानांवर पडले. त्याला काय करावे हेच कळेना. त्याने मागून येणाऱ्या चपलेकडे पाहिले. डोंगरीच्या पायथ्यावर आपटणाऱ्या लाटा 'भाऊराया, भाऊराया'

म्हणून आपल्याला हाका मारीत आहेत, असे त्याला वाटले. 'ताई, सीताताई, सीताताई' असा आक्रोश करीत त्याने खडकावरून एकदम खाली उडी टाकली. चपलेने त्याला धरण्याकरिता हात पुढे केला होता; पण तिच्या हाताला मेघनाथ लागला नाही. मेघनाथाने उडी टाकलेली पाहताच चपलेला विजेचा भयंकर धक्का बसल्यासारखे झाले. तिच्या पोटात विलक्षण कळा येऊ लागल्या. आधीच तिचे दिवस भरत आले होते; त्यात या भयंकर धक्क्याची भर पडली.

मेघनाथाची राणी त्या खडकावरच एका पुत्राची माता झाली. त्या अर्भकाकडे चपलेने क्षणमात्रच पाहिले. खालच्या खडकावर पडून चिंधड्या झालेल्या मेघनाथाचे चित्र तिच्या कल्पनेने तिच्या डोळ्यांपुढे उभे केले. त्या अर्भकाचा एकच मुका घेऊन तिने 'नाथ' म्हणून हाक मारली व त्या खडकावरून खाली उडी टाकली. आकाशातील द्वितीयेची चंद्रकोर याच वेळी मावळली! मात्र 'ऊठ गं सीते, कवडा पोर पोर' हे कवड्याचे आक्रंदन डोंगरीवर चाललेच होते.

१९२९

◆

आईचा शब्द

"जाणार! मी जाणार!" आई जागीच होती! टोनीच्या या शब्दांसरशी तिचा सारा जीव कानात गोळा झाला.

टोनी या कुशीवरून त्या कुशीवर वळला. ती चुळबुळ तिच्या कानांवर पडली. बाकी सर्व शांत झाले होते.

'जाणार! मी जाणार!' हे शब्द जागा झालेला टोनी स्वत:शी बोलला असावा असे तिला प्रथम वाटले होते.

पण टोनी पुढे काहीच बोलला नाही. खोलीत पुन्हा शांतता पसरली. जलाशयाच्या पृष्ठावर एक-दोन बुडबुडे उठावेत नि पुन्हा सर्व नि:स्तब्ध व्हावे, तसे झाले. आईच्या काळजातील धडधड थांबली.

मांजराच्या पावलांनी ती टोनीच्या बिछान्यापाशी गेली. खाली वाकून तिने पाहिले. अंधारात अगदी अंधूक दिसत होते. कान देऊन ती ऐकू लागली. टोनी घोरत होता.

घोरण्याचा तो विचित्र कर्णकटू आवाज! पण या वेळी अत्यंत मधुर वाटला तिला. ती आनंदून स्वत:शी म्हणाली, 'त्याचे ते मघाचे शब्द – 'जाणार! मी जाणार!' – छे! तो झोपेत ओसणला असावा!'

ती स्वत:शीच हसली. लहानपणापासून टोनीला अशा ओसणण्याची सवय होती. सात-आठ वर्षांचा असताना कितीदातरी तो झोपेत तक्रार करी – 'बघ ना आई! हा पिटर मला खेळायला बंदूक देत नाही!' नि परवाचे त्याचे ते बडबडणे – 'अज्ञात सुंदरी येशील तू गे केव्हा?' – टोनीला कविता करायचा विलक्षण नाद आहे हे आपल्याला ठाऊक होते म्हणून बरे! नाहीतर पोराला वेड लागले असेच वाटले असते आपल्याला! ही ओळ दोन-तीन वेळा तरी म्हटली त्याने! तेव्हा आपल्याला वाटले,

टोनी जागा होऊन कुठल्यातरी नव्या कवितेची यमके जुळवतोय! आपण मुद्दाम जवळ जाऊन पाहिले –

तो झोपेतच ती ओळ गुणगुणत होता!

मोठा विलक्षण नाद आहे त्याला कवितेचा! उद्या तो मोठा झाल्यावर कवी म्हणून त्याचे नाव सगळीकडे गाजू लागेल, त्याच्या कवितांच्या पुस्तकांच्या आवृत्त्यांवर आवृत्त्या निघू लागतील, एका प्रसिद्ध कवीची आई म्हणून लोक आपल्याला ओळखू लागतील – कुणी सांगावे? महाकवी म्हणून त्याला नोबेल प्राइजसुद्धा मिळेल!

मनोरथांच्या गतीला काळ आणि स्थळ ही दोन्ही अडवू शकत नाहीत. त्यातून तो आईचा मनोरथ!

नाहीतर 'ट' ला 'ट' जुळविणारा आजचा सोळा वर्षांचा टोनी पुढे नोबेल प्राइझ मिळवील ही कल्पनासुद्धा त्या शहरातील दुसऱ्या कोणालाही त्या वेळी सुचली नसती. उलट आईच्या या मनोराज्याची जाणीव झाली असती, तर प्रत्येक जण म्हणाला असता – नोबेल प्राइझ ही फार लांबची गोष्ट आहे. उद्याचा दिवस कसा उजाडतो याचा जिथे भरवसा नाही – आज रात्री आकाशातून सुंदर चांदणे पडणार आहे की भयंकर बॉम्ब पडणार आहेत, या काळजीने जिथे सारे शहर काळवंडून गेले आहे – तिथे आणखी वीस वर्षांनी कुणाचा किती उत्कर्ष होईल, याचे मनोराज्य कोण करीत बसणार? मघाशीच रेडिओवर बातम्या सांगणारी ती बाई म्हणाली, 'शत्रू अगदी जवळ आला आहे. आपले सैन्य त्याच्याशी शौर्याने लढत आहे. पण शत्रूची शक्ती फार मोठी आहे... त्याच्यापाशी खूप-खूप विमाने आहेत!... अशा स्थितीत वीस घटकांनी काय होईल हे चेरोलासुद्धा सांगता आले नसते; मग वीस वर्षांनंतरची गोष्ट हवी कशाला?

आई परत आपल्या बिछान्यावर येऊन बसली तेव्हा तिच्याही मनात हेच विचार आले – टोनी पुढे मोठा कवी होईल म्हणून मघाशी आपण क्षणभर आनंदून गेलो, पण आईने मुलाविषयी केलेल्या आशा सफल व्हाव्यात असे आजचे जग आहे कुठे?

एक-दोन-तीन-चार –

चार मुलांच्या भावी आयुष्यांविषयी आपण मोठमोठे मनोरे उभारले नि ती चारही मुले आपल्याला सोडून गेली – ते मनोरे मातीला मिळाले.

एक-दोन-तीन-चार – त्या आठवणी – जणूकाही तिला कोणी जीव घेण्याकरिता विजेच्या खुर्चीवर नेऊन बसवीत होते.

एक-दोन-तीन-चार –

मातृहृदयाच्या असल्या जखमा कधी बऱ्या होतात का? स्मृतीचा नुसता स्पर्श झाला तरी त्या ठणकू लागतात.

या साऱ्या मुलांसाठी तिने रात्रीचा दिवस केला होता, रक्ताचे पाणी केले होते; पण –

तिच्या डोळ्यांपुढून गेल्या सोळा-सतरा वर्षांचा चित्रपट झरझर सरकू लागला – एका लढाईने आपल्या पतीचा बळी घेतला. आपल्या मुलांपैकी कोणावरही तसला भयंकर प्रसंग येऊ नये म्हणून आपण एकालाही लष्करी शिक्षण घेऊ दिले नाही. अँड्र्यूला डॉक्टर केला, जॉर्ज इंजिनीअरिंगकडे गेला, क्रिस्तोफर आणि पिटर हेही –

पण ही चारही मुले आपल्याला सोडून गेली. मृत्यूला चोरी करता येऊ नये म्हणून हे चार हिरे आपण त्याच्यापासून लपवून ठेवले – हृदयाच्या कपाटात मायेचे पांघरूण घालून त्यांना दडविले, पण –

डॉक्टर झालेला अँड्र्यू परदेशी गेला – गेला तर गेला! तेथे कुठल्याशा भयंकर तापावर औषध शोधून काढण्याचे प्रयोग करायचे त्याला काय कारण होते? त्या सांसर्गिक तापाने तो तेथेच –

त्याचे शेवटले दर्शनसुद्धा आपल्याला झाले नाही.

इंजिनीअर झालेल्या जॉर्जला विमानांचा नाद लागला. ‘जॉर्ज, कसलेही धाडस करू नकोस. आईच्या गळ्याची शपथ आहे तुला.’ असे आपण त्याला वारंवार बजावले होते; पण –

पुरुषाच्या पराक्रमाला स्त्रीच्या प्रेमाची कल्पनाच येत नसावी. नाहीतर जॉर्जने आईचा शब्द खास ऐकला असता. कुठलेसे रेकॉर्ड मोडण्याच्या नादात तो प्राणाला मुकला.

पाच मुलगे म्हणजे पाच प्राण होते आपले. पहिल्याचा बळी शास्त्राने घेतला, दुसऱ्याचा यंत्राने घेतला.

क्रिस्तोफर नि पिटर! आवळे-जावळे भाऊ! कोठल्याही शास्त्राने कसल्याही यंत्राने आपल्यापासून त्यांना हिरावून घेऊ नये म्हणून आपण डोळ्यांत तेल घालून जपत होतो. पण –

दोघांनाही लहानपणापासून वर्तमानपत्रांचा भयंकर नाद. पुढे दोघेही

चांगले संपादक होतील, अशी नेहमी आपल्याला आशा वाटे. दोघे दोन बाजू घेऊन भांडायला लागले म्हणजे त्यांना गप्प करता-करता अगदी पुरेवाट होई आपली.

मोठे झाल्यावरही दोघे एकसारखे भांडत असत. एक म्हणे, 'आपल्या देशाला समाजवादच हवा.' दुसरा म्हणे, 'समाजवाद म्हणजे अडाणी बहुमताचे राज्य, छे! आपली जुनी राज्यपद्धतीच फार चांगली आहे.' त्यांच्या या वादाचा कंटाळा येई आपल्याला. पण त्या वादाच्या रूपाने मृत्यू आपल्या घरात शिरला आहे, याची मात्र आपल्याला कधीही कल्पना आली नव्हती.

एके दिवशी देशात यादवी सुरू झाली. त्या धामधुमीत ते दोघेही मारले गेले.

एक-दोन-तीन-चार –

मृत्यूने आपल्या काळजाचे चार लचके तोडले; पण अजून आपण जिवंत आहोत. होय, अजून टोनी आहे आपल्यापाशी. अंधळ्याची काठी, भिकाऱ्याचे धन – कोणी काही म्हणो, पण टोनीला आपण कुठ्ठे-कुठ्ठे जाऊ देणार नाही एक क्षणभरसुद्धा!

झोपलेल्या टोनीकडे तिने वात्सल्याने भरलेल्या दृष्टीने पाहिले.

तिच्या मनात भावनांचे वादळ उठले होते. लढाईच्या रूपाने एक क्रूर राक्षसीण आपल्या शहराच्या दारात येऊन उभी राहिली आहे. तोफांचे ते आवाज – छे! तोफा कसल्या? त्या राक्षसिणींचे क्रूर हास्य आहे ते. ती विमानांची अधिकाधिक भयंकर वाटणारी घरघर – जणूकाही दात-ओठ खात ती राक्षसीण तरुण माणसांवर झडप घालायला येत आहे, असा भास होतो त्या वेळी!

पण या कृत्येला टोनीच्या केसालासुद्धा धक्का लावू देणार नाही आपण. शहरावर बॉम्ब पडायला लागले, तर तळघरात अगदी सुरक्षित राहू आपण दोघे. तळघरात सारे-सारे सामान नेऊन ठेवलेय! कश्शाची म्हटल्या कश्शाची आपल्याला अडचण पडणार नाही. टोनी लहान होता तेव्हा त्याला पोटाशी धरूनच आपण वाढविला, थंडीवाऱ्यापासून आपण त्याचे रक्षण केले. जगाच्या दृष्टीने तो आता सोळा वर्षांचा झाला आहे; पण आमच्या दृष्टीने – आईच्या दृष्टीने – छे! आईला आपला मुलगा नेहमी लहानच दिसतो. त्यातून हा तर पाच मुलांतला उरलेला

एकुलता एक! आता त्याला क्षणभरसुद्धा विसंबून चालायचे नाही आपल्याला. मागे प्रत्येक वेळी मृत्यूने आपल्यावर मात केली, पण आता मात्र आपण मृत्यूचा पराभव केला पाहिजे. शहरावर बॉम्ब पडोत किंवा आणखी काही अनर्थ ओढवो! स्पिरिटमध्ये घालून फुले ताजी ठेवतात ना? तस्से आपण तळघरात टोनीच्या प्राणांचे रक्षण करणार.

'आई...' अशी टोनीची हाक ऐकू आली नसती तर तिची ही विचारमालिका किती लांबत राहिली असती कोणाला ठाऊक!

"काय बाळ?" असा मृदू स्वराने प्रश्न करीत ती त्याच्याजवळ गेली.

"तू जागीच आहेस अजून?"

"म्हाताऱ्या माणसांना फार झोप येत नाही बाळ!"

"मग मीही म्हातारा झालोय म्हणायचा!"

"असे वेड्यासारखे बोलू नये, टोनी!"

"खरेच सांगतो आई! कित्ती-कित्ती दिवस झाले. मलाही चांगली झोप येत नाही! नुकते बारा वाजले असतील; पण पुन्हा डोळे मिटावेत असे वाटतच नाही बघ!"

"कसले तरी स्वप्न-बिप्न पडले असेल तुला!"

"एक भयंकर स्वप्न पडले होते खरे! पण त्याने काही घाबरून गेलो नाही मी! त्या स्वप्नात किनई आमच्या शाळेवर बॉम्ब पडले होते नि माझ्या वर्गातली सारी मुले जमिनीवर जखमी होऊन पडली होती. माझा सोबती तो जिम – त्याचे तोंड असे रक्तबंबाळ झाले होते म्हणतेस –"

टोनीच्या तोंडावर हात ठेवीत आई म्हणाली, "असे काही अभद्र बोलू नये बाबा! स्वस्थ नीज कसा बघू आता!"

"जरा रेडिओ तरी लावून पाहतो गं! लढाईची काय नवीन बातमी आहे ती –"

टोनी अर्धवट उठला. पण त्याला आईने पुन्हा अंथरुणावर निजविले. जणूकाही तो आजारी असून त्याने पावसात जाण्याचा भलताच हट्ट धरला होता!

टोनीच्या केसांवरून मायेने हात फिरवीत आई म्हणाली, "टोनी, मुले मोठी झाली म्हणजे ती आईची माया विसरतात का रे?"

आपले डोके तिच्या तळहातावर घाशीत तो उद्गारला, "काहीतरी

बोलू नकोस आई. मी आतापर्यंत तुझा शब्द कधीतरी मोडला आहे का? सांग ना, आई –''

त्याला कुरवाळीत ती म्हणाली, ''नाही, कध्धी नाही! माझा बाळ आहेच तसा शहाणा! टोनी, आता तुझ्याशिवाय मला –''

तिचा स्वर एकदम सद्‌गदित झाला. तिने आपले वाक्य पुरे केले नाही. पण त्या अपुऱ्या वाक्यात तिच्या मातृहृदयाला झालेल्या त्या भयंकर जखमा टोनीला स्पष्ट दिसल्या.

आवंढा गिळून आई म्हणाली, ''टोनी, तू लहान होतास ना? तेव्हा मी गाणे म्हणायला लागले की तुला हा हा म्हणता झोप येत असे! आतासुद्धा तसाच –''

''पण आई, मी लहान नाही आता!''

''कोणी सांगितलं हे तुला? तू अजून लहान आहेस – अगदी कुक्कुबाळ आहेस. काही काही कळत नाही तुला. म्हणून आई सांगेल ते मुकाट्याने ऐकायचे.''

''पण आई –''

''आईचा शब्द मुलाने मोडायचा नसतो. निदान एकुलत्या एक मुलाने तरी!''

टोनी निरुत्तर झाला.

आई गाणे गुणगुणू लागली. एक गोड अंगाई गीत होते ते. त्याची पहिली ओळ ऐकताच टोनी उद्‌गारला,

''हे गाणे नाही बुवा आपल्याला आवडत. आई, आपले राष्ट्रगीत येते ना तुला? ते म्हण की!''

राष्ट्रगीत! मातृभूमीचे गीत...! 'तुझ्यासाठी आम्ही हसत आपले प्राण देऊ!' ही त्यातील पहिली ओळ! हे गीत टोनीला ऐकवायचे?

छे! आईच्या तोंडून काही केल्या राष्ट्रगीताचे शब्द निघेनात. ती अंगाईगीतच गुणगुणत राहिली.

सकाळी चहा घेऊन आई टेबलापाशी आली, पण टोनीचा कोठेच पत्ता नव्हता. काल संध्याकाळी शाळासोबत्यांना भेटून तो घरी परत आला, तेव्हा आई त्याला म्हणाली होती, 'मला सांगितल्याशिवाय आता घराबाहेरसुद्धा जायचे नाही हं, टोनी. दिवस फार वाईट आहेत. बाहेर गेलेले माणूस पुन्हा पाहायला मिळते की नाही...' बोलता-बोलता

आईच्या डोळ्यांत अश्रू उभे राहिले होते. त्या अश्रूंमुळेच टोनीने तिच्या म्हणण्याला रुकार दिला होता.

आणि आता आई मनात म्हणत होती – माझा शब्द मोडून तो बाहेर गेला असेल? छे! मग कुठे बरे?

रेडिओचा अस्पष्ट आवाज तिच्या कानांवर पडला. ती धावतच आपल्या पतीच्या खोलीकडे गेली.

टोनी दार लोटून एकाग्रतेने रेडिओ ऐकत बसला होता. बातम्या सांगणारी बाई म्हणत होती – 'मारू किंवा मरू अशा ईर्ष्येने आपले सैनिक लढत आहेत. पण लवकर मदत मिळाली नाही तर त्यांना माघार घ्यावी लागेल. देशातील प्रत्येक तरुणाने मिळेल ते शस्त्र हाती घेऊन –'

आईने हळूच दार उघडून पाहिले. टोनी भिंतीवरच्या आपल्या पित्याच्या फोटोकडे मोठ्या भक्तीने पाहत होता. त्या फोटोच्या जवळच त्यांची स्मृती म्हणून एक बंदूक टांगलेली होती.

टोनीने हात वर केला. काय करणार होता तो? पुन्हा हात खाली करून तो त्या बंदुकीकडे एकसारखा पाहू लागला.

टोनीची ती दृष्टी पाहून आईला आश्चर्य वाटले. कविता करायची लहर आली म्हणजे त्याच्या नजरेत अशीच विचित्र एकाग्रता येई.

रेडिओवरील बाई म्हणत होती – 'मातृभूमी साऱ्या सुपुत्रांना विनंती करीत आहे – आपल्यावर विमानहल्ले केव्हा होतील, याचा नेम नाही आता. तरुणांनो, माझे रक्षण करा. माझ्या असंख्य लहान मुलाबाळांचे रक्षण करा. तुमची आई तुम्हाला निर्वाणीची साद घालीत आहे. तिच्या हाकेला 'ओ' द्या! तिच्या –'

आईला हे ऐकवेना. झटकन पुढे होऊन तिने रेडिओ बंद केला. एखाद्या गाण्यात रंगून गेलेल्या मनुष्याला ते मध्येच बंद झाल्यावर जसा धक्का बसावा तशी टोनीची स्थिती झाली. पुन्हा रेडिओ सुरू करण्याकरिता त्याने हात पुढे केला. पण आईने तो मध्येच धरला.

टोनी काकुळतीने म्हणाला, "आई, आई! आणखी जरा ऐकू दे गं मला! आणखी जरा... माझ्या आईचा शब्द –"

"तुझी आई मी आहे. ती रेडिओवरची बाई नाही."

"आई, तू माझी आई आहेस हे खरे, पण आणखीही एक आई आहे मला. ती आई मला बोलावतेय."

"ती खरी आई नाही. तिला आईच्या हृदयाची कल्पना नाही. टोनी, कुठली आई 'तू लढायला जा' असे मुलाला म्हणेल? आईच्या तोंडातून नेहमी आशीर्वादच निघतात. पण ही तुझी दुसरी आई – ही रेडिओवरून बोलणारी बाई – ही तुला शाप देतेय. तुला मृत्यूच्या मुखात –"

आईला पुढे बोलवेना. टोनीचा हात घट्ट धरून ती खोलीबाहेर आली.

दोघेही चहाच्या टेबलापाशी आली. आईने चहाचा पेला टोनीच्या हातात दिला. पण तो पेला टोनीच्या हातात तसाच राहिला.

आई त्याच्याकडे भावपूर्ण दृष्टीने पाहत म्हणाली, "कसला विचार करतोयस एवढा?"

"माझ्या वर्गातली मुले एव्हाना गेलीसुद्धा असतील!"

"कुठे?"

"स्वयंसेवक म्हणून काम करायला – लढायला. मीसुद्धा येईन असे वचन दिले होते मी त्यांना. आई, मी जाणार."

त्याच्या पाठीवरून हात फिरवीत आई म्हणाली, "मी तुला जाऊ देणार नाही. माझ्या जीवात जीव असेपर्यंत...."

"पण आई, माझा शब्द –"

"आणि माझा शब्द? टोनी, आईच्या शब्दाची किंमत जगातल्या कुठल्याही गोष्टीपेक्षा अधिक आहे अशी कविता तूच लिहिली होतीस ना?"

टोनी निरुत्तर झाला. पण त्याचे ओठ मुके झाले तरी डोळे बोलत होते. त्या डोळ्यांची भाषा आईला स्पष्टपणे कळत होती. ते म्हणत होते, 'आईला सुखी करणे हे मुलाचे कर्तव्य आहे हे मला कळते, पण या कर्तव्यापेक्षा दुसरे एक श्रेष्ठ कर्तव्य आहे – ते मला हाक मारतंय. आई, जाऊ दे मला. आई, तू मला जाऊ दिले नाहीस, तर – तर माझ्या मनात तुझ्याविषयी तिटकारा उत्पन्न होईल, तुझी चीड येईल मला. जन्मभर मी तुझा द्वेष करीन. आई ते तुला आवडेल का?'

टोनीच्या असल्या मूक प्रश्नांना काय उत्तर द्यायचे?

बाहेर भोंगे कर्कश स्वराने ओरडू लागले. शत्रूची विमाने बहुधा शहरावर चालून येत असावीत.

त्या भोंग्यांचा आवाज कानांवर पडताच टोनी ताडकन उठून उभा

राहिला. त्याचे डोळे भरून आले होते.

काकुळतीच्या स्वराने तो आईला म्हणाला, "आई, अशी रागावू नकोस माझ्यावर. पण माझ्याबरोबरची सारी मुले गेली असतील नि मी मात्र – मी आता मोठा झालोय आई!"

त्याला घट्ट पोटाशी धरून त्याच्याकडे पाहत आई म्हणाली, "आईचे हृदय तुला कळायचे नाही बाळ. नि आईच्या डोळ्यांची तर तुला कधीच कल्पना यायची नाही. त्या डोळ्यांना आपले मूल नेहमी लहानच दिसते. लहान मुलांना कोणी लढायला पाठवीत नाही. टोनी, असला भलताच हट्ट करू नये. लहानपणीसुद्धा तू असाच हट्ट करायचास. कुठे बर्फातच खेळायला जा, कुठं –"

"हे बघ आई –"

"काय बघू, टोनी? मायेइतकी दुःख देणारी जगात दुसरी कुठलीच गोष्ट नाही याचा खूपखूप अनुभव आलाय मला. आता तू तरी –" क्षणभर थांबून ती म्हणाली, "आईचा शब्द मोडून तुला जायचेच असेल तर खुशाल जा. पण एक गोष्ट लक्षात ठेव – तू घरी परत येशील, तेव्हा तुझी आई काही तुला दिसणार नाही."

डोळ्यांत उभे राहू पाहणारे अश्रू आवरण्याकरिता आपला ओठ चावीत टोनी म्हणाला, "आई, तुझे दुःख मला कळते गं, पण –"

त्याचे पुढचे शब्द जिभेवरच राहिले.

कानठळ्या बसविणारे आवाज एकदम ऐकू येऊ लागले. हजारो मधमाश्यांची पोळी कोणीतरी डिवचावीत, शेकडो सुरुंगांचा एकदम स्फोट होत असावा, भयंकर वादळ घोंगावत असावे आणि खडकावर थाडथाड लाटा आपटत असाव्यात तसा काहीतरी भास त्या दोघांना क्षणार्धात झाला.

आईने झटकन टोनीचा हात धरला. जवळजवळ ओढतच नेले तिने त्याला.

तळघरात गेल्यावरसुद्धा आईने टोनीचा हात सोडला नाही. ती मनात म्हणत होती – पाऱ्यासारखे असतात पुरुष! केव्हा हातातून निसटतील याचा नेम नाही.

तळघरात आल्यावर टोनी अधिकच अस्वस्थ झाला. इकडेतिकडे नजर फिरवून तो आईला म्हणाला, "उंदीर बिळात लपून राहतात तसा

मी –''

आईने त्याला पुढे बोलू दिले नाही. मात्र ती मनात म्हणत होती, वाघ होऊन फुकट मरण्यापेक्षा उंदीर होऊन जगणे काही वाईट नाही.

टोनीचे डोके मांडीवर घेऊन ती ते थोपटू लागली. त्याच्या लहानपणच्या कितीतरी गोष्टी तिच्या डोळ्यांपुढे उभ्या राहिल्या. शाळेतून आल्यावर असाच मांडीवर डोके ठेवून तो झोपी जाई. कधीकधी पिटर नि क्रिस्तोफर त्याला मुद्दाम चिडवायचे. दोघे दोन मांड्यांवर बसून त्याला म्हणायचे, 'टोनी, आता आईची मांडी तुला मिळणार नाही!' मग टोनी भोकाड पसरायचा. त्या दोघांना दूर लोटून त्याला मांडीवर घेतले म्हणजे स्वारी शांत व्हायची नि मग असेच डोळे मिटून –

तिने टोनीकडे मोठ्या प्रेमाने पाहिले. त्याचे अस्ताव्यस्त झालेले ते केस – सकाळी उठल्याबरोबर तो रेडिओ ऐकायलाच गेला असावा. त्यामुळे रात्री झोपेत विस्कटलेले केस साफसूफ करण्याचे भानसुद्धा त्याला राहिले नसावे.

त्याचे केस हळुवार हाताने सारखे करीत असताना आई मनात म्हणत होती – 'लहानपणी टोनी शाळेतून परत येई तेव्हा त्याचे केस असेच विस्कटलेले असत नि त्याचे तोंडसुद्धा –'

तिने वाकून खाली पाहिले. तिला हसू आले. लहानपणी शाळेतून परत आल्यावर ते जसे धुळीने भरलेले असे, तसेच आताही. काल संध्याकाळपासून त्याचे चित्तच ठिकाणावर नाही. लढाई-लढाई-लढाई –

या तंद्रीतच तिचेही डोळे मिटू लागले.

ती जागी झाली तेव्हा आपण कुठे आहोत हेच तिला पहिल्यांदा कळेना. मग तिने हळूच तळघराच्या दारापाशी जाऊन बाहेरचा कानोसा घेतला –

तोफा – बॉम्ब – धावपळ –

छे! कसलाच आवाज बाहेर येत नव्हता. सारे कसे शांत होते. मघाची ती विमानांची वावटळ निघून गेली असावी.

एखाद्या भयंकर स्वप्नातून जागे झाल्यावर माणसाला हायसे वाटावे तशी तिची स्थिती झाली. अजून आपण टोनीला चहा दिला नाही हे तिला एकदम आठवले.

ती लगबगीने तळघराबाहेर आली.

चहा करीत असताना तिचे मन एकसारखे म्हणत होते – टोनी माझा आहे. दुसऱ्या कोणाचाही त्याच्यावर हक्क नाही. तो एवढासा – अगदी कचकड्याच्या बाळाएवढा होता तेव्हापासून त्याच्यासाठी मी जागले आहे, भागले आहे, रक्ताचे पाणी करून मी त्याला जगवले आहे. तो मला सोडून जाणार नाही – आईचा शब्द तो मोडणार नाही. ही लढाई संपली की सारे पुन्हा सुरळीत सुरू होईल. टोनीही तोपर्यंत मोठा होईल. मग मला सूनमुख पाहायला मिळेल. त्या सूनबाईला मी म्हणेन, 'मुली, मी आता पिकले पान झाले; केव्हा गळून पडेन याचा नेम नाही. माझा टोनी म्हणजे रत्न आहे. पण लक्षात ठेव, रत्ने मिळणे जितके अवघड असते त्याहून ती सांभाळणे अधिक अवघड असते. मागच्या त्या लढाईच्या वेळी स्वारी निघाली होती –'

चहा तयार होत आला होता. ती धावतच तळघरात आली.

टोनी स्वस्थ झोपला होता. तिने त्याला हलवून जागे केले. आपल्याला अवेळी इतकी गाढ झोप कशी लागली याचे त्याला आश्चर्य वाटले. लगेच त्याला आठवले, गेल्या कितीतरी रात्री आपण अंथरुणावर तळमळत काढल्या होत्या. आपल्या मनात एकसारखा एकच रणसंग्राम सुरू होता – आईचा शब्द मानायचा की मातृभूमीच्या हाकेला 'ओ' द्यायची? शेवटी –

त्याने निराशेने आईकडे पाहिले.

तळघरातून घरात येताच तो म्हणाला, "आई, चहा कपात ओत. तोपर्यंत मी नवी बातमी काय आहे तेवढी पाहून येतो."

रेडिओच्या खोलीकडे वळणाऱ्या टोनीचा हात प्रेमळपणाने धरून आई म्हणाली, "तू एकटा जाऊ नकोस बाबा. तुझ्या वडिलांची खोली आहे ती. त्या खोलीत पाऊल टाकल्यावर आईची आठवणच होत नाही तुला नि रेडिओ लावल्यावर तर – मग बाहेर जग बुडाले तरी त्याचा पत्ता लागत नाही तुला. चल, मीच येते तुझ्याबरोबर."

आईला खुर्चीवर बसवून टोनीने रेडिओ सुरू केला. रेडिओवरली बाई म्हणत होती – 'मातृभूमीची आपल्या सुपुत्रांना ही शेवटची हाक आहे. तिचा एकच संदेश आहे – उठा, मिळेल ते शस्त्र हातात घ्या आणि शत्रूचा निपात करण्याला सज्ज व्हा. आता नुसता तुमच्या स्वत:च्या जीविताचा प्रश्न नाही, नुसत्या वर्तमानकाळाचा प्रश्न नाही.

या भूमीसाठी ज्यांनी आतापर्यंत आपले प्राण वेचले, त्यांच्या नावाला काळिमा लागू नये म्हणून – या भूमीत उद्या जे लहानाचे मोठे होणार आहेत त्यांचे कर्तृत्व गुलामगिरीमुळे खुरटून जाऊ नये म्हणून – तुमच्या पराक्रमी पूर्वजांकरिता नि प्रियतम वंशजांकरिता, तुमच्या उज्ज्वल भविष्यकाळासाठी नि त्याहूनही उज्ज्वल अशा भविष्यासाठी लढायला तयार व्हा. साऱ्या राष्ट्राने सशस्त्र होऊन लढले पाहिजे असाच हा विलक्षण प्रसंग आहे....'

आईच्या कानांवर रेडिओतील शब्द पडत होते; पण तिचे डोळे टोनीच्या चेहऱ्याकडे होते. त्याच्या मुद्रेवरील कोमलपणा केव्हाच नाहीसा झाला होता. एखाद्या पराक्रमी पुरुषाच्या पुतळ्याप्रमाणे तो दिसत होता आणि त्याच्या कपाळावर मधोमध स्पष्टपणे दिसू लागलेली ती शीर –

टोनीने आपल्या पित्याच्या फोटोकडे पाहिले. फोटोच्या खाली असलेली ती बंदूकही –

आपल्या पतीची सर्व शस्त्रे आपण दुसऱ्या खोलीत कुलपात ठेवली. फक्त त्यांची स्मृती म्हणून ही बंदूक तेवढी येथे राहू देण्यात आपण फार मोठी चूक केली, असे आता आईला वाटू लागले. तिने आपली खुर्ची किंचित पुढे सरकवली नि टोनीचा हात आपल्या हातात घेतला.

तिच्या हाताचा स्पर्श होताच टोनीने वळून तिच्याकडे पाहिले. तिचा हात घट्ट दाबीत तो म्हणाला, "आई –"

रेडिओवरील बाई बोलत होती – 'गॉर्गन या आपल्या जहाजावरून एक बिनतारी संदेश पाठविला जात आहे. तरी श्रोत्यांनी क्षणभर... गॉर्गन हे जहाज... अरे देवा!...'

बोलणारी बाई मध्येच दुःखाने थांबली. याचा अर्थ उघड होता. गॉर्गन बुडत होते.

रेडिओवरील बाई पुन्हा बोलू लागली. पण तिच्या स्वरात विलक्षण कंप उत्पन्न झाला होता. ती म्हणत होती, 'मी मध्येच थांबले याबद्दल श्रोत्यांनी मला क्षमा करावी. गॉर्गनवर माझा मुलगा आहे.'

गॉर्गनला टॉर्पेडो केव्हा लागला, त्या जहाजावर किती माणसे आहेत वगैरे गोष्टी ती सांगत होती. पण आईला त्या ऐकू आल्या नाहीत. ती स्थिर दृष्टीने रेडिओकडे पाहत होती.

तो आवाज आता तिला यंत्राचा वाटत नव्हता – तो माणसाचा

होता – एका आईचा होता. देशाच्या संरक्षणासाठी चाललेल्या युद्धात जिचा एक मुलगा या वेळी समुद्रात बुडत होता, त्या आईचा तो आवाज होता.

तिचे सांत्वन करायचे – नुसते सांत्वन? छे! तिला धीर द्यायची इच्छा आईच्या मनात उत्पन्न झाली. पण तिच्यासमोर नुसते एक बोलके यंत्र होते.

रेडिओवरून ती बाई – अंहं, ती आई सांगत होती – 'क्षणाक्षणाला गॉर्गन खाली जात आहे. या वीरमरणाचे स्वागत करणाऱ्या आपल्या सैनिकांची एकच इच्छा आहे – राष्ट्रगीत ऐकण्याची! मातृभूमीच्या या शूर सुपुत्रांची हीच शेवटची इच्छा आहे.'

टोनी उभा राहून स्वत:शी राष्ट्रगीत गुणगुणू लागला. आईलाही राहवेना. तीही उभी राहिली. टोनीशी समरस होऊन ती राष्ट्रगीत गाऊ लागली.

रेडिओवरील आई बोलू लागली, 'आज सकाळी शत्रूची विमाने आपल्या शहरावरून गेली. त्यांनी इथे बॉम्ब टाकले नाहीत. पण सारे व्हिला मेडिया गाव त्यांनी उद्ध्वस्त केले. या हल्ल्याने आठशे नागरिक बळी घेतले. या आठशेत बायकाच काय, पण मुलेसुद्धा होती!'

मुले! टोनीसारखी मुले?

आईच्या डोळ्यांपुढे कोणीतरी हे शब्द अग्निज्वाळांनी लिहिल्यासारखे नाचत उभे राहिले.

रेडिओवरील आई बोलत होती. आता तिच्या स्वरात मूर्तिमंत कारुण्य भरले होते. ती म्हणत होती, 'साऱ्या जगाला आमची विनंती आहे – साऱ्या सज्जनांना आमची प्रार्थना आहे – जगातल्या माणुसकीला आमचे आवाहन आहे – आज सकाळी शत्रूच्या विमानांनी आमच्या बोर्गो नावाच्या खेड्यावर हल्ला केला. त्या खेड्यातल्या शाळेवर बॉम्ब टाकले त्यांनी. शाळेतून पळून जाणाऱ्या मुलांवर मशीनगन्सचा मारा करण्यात आला. ऐंशी मुले जखमी झाली. एकोणीस मुले गोळ्या लागून दगावली. तीस मुलांचे राईराईएवढे तुकडे झाले.'

आईच्या डोळ्यांपुढे ती सारी हसरी-नाचरी लहान मुले उभी राहिली. आपली मुले लहानपणी जशी होती तशीच – टोनीसारखी असलेली ती मुले – विस्कटलेले केस, धुळीने भरलेले चेहरे – किती कोमल, निष्पाप –

इतक्या क्रूरपणाने या निरपराधी जीवांची हत्या करणाऱ्या शत्रूला – तिने टोनीकडे पाहिले.

तो म्हणत होता, "आई!"

आई ताडकन उठली. भिंतीवरली बंदूक तिने खसकन ओढून घेतली आणि ती टोनीच्या हातात देत ती आवेशाने उद्‌गारली,

"जा-जा."

(कॅरेल कॅपेक याच्या 'द मदर' या नाटकाच्या आधारे.)

◆

स्त्री आणि पुरुष

मायाने धडपडून डोळे उघडण्याचा अगदी शिकस्तीचा प्रयत्न केला. ते कुणीतरी चिकटवून ठेवले आहेत, असे तिला वाटले. तिचे अंतर्मन पापण्यांच्या दारावर जोरजोराने धक्के देत होते. पण त्याची स्थिती अपरात्री अचानक येणाऱ्या पाहुण्यासारखी झाली होती. पाहुणा येण्याचा हुसका नसल्यामुळे घरातली माणसे गाढ झोपी गेलेली असतात. त्यामुळे त्याने कितीही जोराने दार ठोठावले तरी चटकन आत कुठे दिवा लागलेला दिसत नाही किंवा पावलांची चाहूलही ऐकू येत नाही.

मायाच्या अंतर्मनाने जोरजोराने पुन्हा हाका मारल्या. आता मात्र तिचे डोळे अर्धवट उघडले. आपल्या अर्ध्याउघड्या डोळ्यांवरून हात फिरविता-फिरविता तिच्या मनात आले, माणसाचे डोळे जादूच्या फुलांसारखे असतात. रात्री झर्रकन त्यांच्या कळ्या होतात. उजाडले की त्या कळ्या पुन्हा फुलू लागतात.

लगेच तिला आपल्या कल्पनेचे हसू आले. झोपेतसुद्धा माणसाचा स्वभाव काही लपून राहत नाही, असा विचार तिच्या मनात येऊन गेला. त्याचा स्पर्श होताच स्मृतीचा दोरा झरझर सुटत चालला. मनाचा पतंग भरभर भूतकाळात उडू लागला. 'झोपेतसुद्धा माणसाचा स्वभाव काही लपून राहत नाही,' तात्यांचे मोठे आवडते वाक्य होते ते! तात्या – लोक त्यांना खुशाल वामनराव जोशी म्हणोत – आपले काव्याचे वेड पाहून नेहमी असे काहीतरी म्हणायचे, 'मायाबाई, आयुष्यात एक गोष्ट विसरू नका हं! लक्ष्मणानं एक रेषा काढून तिच्या पलीकडं पाऊल टाकायचं नाही असं सीतेला सांगितलं होतं ना? जीवनात काव्यालाही तशीच मर्यादा हवी. नाहीतर – अहो, काव्य म्हणजे दुःख – उच्च

प्रकारचं दु:ख – म्हणू या हवं तर! मुलांपेक्षा मुलींनी या बाबतीत अधिक सावध राहायला हवं. महायुद्धात लहान राष्ट्रांना मोठ्या राष्ट्रांच्या तंत्रानं नाचावं लागतं. अगदी तश्शी लग्न झाल्यावर बायकांची स्थिती होते. तुमच्या नावावरसुद्धा तुमची सत्ता उरत नाही. आता हेच पाहा – तुमचं माया हे नाव मोठं चांगलं आहे. सर्वांना आवडेल असं आहे. वेदान्ती मनुष्य ब्रह्माभोवती पिंगा घालणारी माया म्हणून तुमचं कौतुक करील. व्यवहारी माणूस आपल्या तिजोरीतली माया म्हणून तुमच्याकडे प्रेमानं पाहील. आमच्यासारखे व्यवहारशून्य साहित्यिक अंत:करणातली माया या दृष्टीनं हे नाव स्त्रीला फार सार्थ आहे, असं म्हणतील. पण ही सर्व मंडळी या नावाचं वकीलपत्र घेऊन भांडायला उभी राहिली, तरी तुमच्या पतिराजांना त्याचं काय रूपांतर करायची लहर येईल हे कुणी सांगावं? रशियात क्रांती झाल्याबरोबर मोठमोठ्या शहरांची नावं जशी भराभर बदलली तशी आपल्याकडे लग्न झाल्यावर मुलींची नावं बदलतात! प्रसंगी ठकूची मीनाक्षी होते. एखादे वेळी सरोजिनी म्हाळसा बनते! अशा स्थितीत आजच्या मायाची उद्या छाया होणार नाही म्हणून कुणी सांगावं?'

आता मायाचे डोळे पूर्णपणे उघडले.

अर्धवट गुंगीत आपण जुन्या आठवणीत किती रंगून गेलो होतो, याचे तिचे तिलाच आश्चर्य वाटले. तिच्या मनात आलं, आशा आणि आठवणी यांच्यातच माणसाचं मन अधिक रमतं हेच खरं! नाहीतर लग्नाचा वाढदिवस म्हणून आज सदानंदांनी हातात घातलेल्या मोत्यांच्या बांगड्यांचे कौतुक करायचे सोडून तात्यांची ही सात-आठ वर्षांपूर्वीची थट्टामस्करी आपल्याला का बरे आठवावी? आता तात्या या जगातसुद्धा नाहीत.

आपल्याला कसलेतरी स्वप्न पडत होते आणि त्या विलक्षण स्वप्नातून जागे होण्याची आपण धडपड करीत होतो, हे एकदम तिच्या लक्षात आलं. ती त्या स्वप्नाची आठवण करू लागली. पण काही केल्या ते तिला आठवेना. खिडकीतून पाऊल न वाजविता आत येणाऱ्या पौर्णिमेच्या चांदण्याकडे पाहता-पाहता तिला वाटले, 'स्वप्नं हीसुद्धा चांदण्यासारखी असतात. मोठी मोहक! पण चांदणं जसं कधी हातात धरता येत नाही, तसं स्वप्नही.'

मच्छरदाणीतून आत आलेल्या मंद चंद्रप्रकाशात तिने दोन्ही हात वर करून पाहिले. किती मोहक दिसत होत्या त्या मोत्यांच्या बांगड्या! त्यांच्याकडे पाहता-पाहता तिला एकदम मघाचे स्वप्न आठवले. आकाशातून एक तारका खाली पडत होती. आभाळाला भिडलेला विशाल पारिजातकाचा वृक्ष अगदी नाजूकपणाने कुणीतरी हलवीत होते. त्याचे एक-एक फूल फांदीवरून हसत-हसत खाली पडत होते. त्या झाडाखालची फुले लगबगीने वेचीत सदानंद म्हणत होता, 'आणखी थोडी – अगदी थोडी फुले हवीत मला! पाच वर्षे झाली आमच्या लग्नाला पण मायाला आवडणाऱ्या मोत्यांच्या बांगड्या काही अजून मला करता आल्या नाहीत. आज आमच्या लग्नाचा वाढदिवस आहे. मोत्यांच्या बांगड्यांऐवजी या हसऱ्या फुलांचे दोन चिमुकले गजरे मी तिच्या हातात घालणार आहे.'

गजऱ्यांसाठी हवी असलेली फुले सदानंदाला हा-हा म्हणता मिळाली. पण आता ते झाड हलवून फुलांच्या राशी गोळा करायचा मोह त्याला आवरेना. आकाशातल्या तारका भराभर निखळून पडू लागल्या. एखाद्या भव्य रंगमंदिरातले विजेचे दिवे एकदम जावेत ना! घटकाभरात अगदी तशी अवकळा आभाळाला आली. पण सदानंद तो वृक्ष अधिकच जोराने हलवीत होता. कसल्यातरी उन्मादाने बेभान झालेला दिसत होता तो! ते झाड उन्मळून पडणार असे वाटू लागले. त्याच्यावरली सारी पाखरे भयभीत होऊन चिवचिवाट करीत दूर-दूर उडून जाऊ लागली. त्यांचा तो करुण आक्रोश – त्यांच्या लहान-मोठ्या पंखांचा कर्णकटू फडफडाट –

त्या फडफडाटाने घाबरून जाऊनच आपण स्वप्नातून जागे होण्याची धडपड केली, हे आता मायाच्या लक्षात आले. तिने पलीकडच्या खाटेवरल्या सदानंदाकडे पाहिले. त्याला गाढ झोप लागली होती. मात्र मधून-मधून त्याचे घोरणे कानांवर पडत होते. लग्न झाल्यावर प्रथमत: ते मायाने ऐकले तेव्हा जाळीआड गुरगुरत पडलेल्या हिंस्र जनावराची आठवण झाली होती तिला! ती विचित्र स्मृती जागृत होताच ती स्वत:शीच खुदकन हसली. कुशीवर वळून मच्छरदाणीतून अस्पष्ट दिसणाऱ्या सदानंदाच्या मूर्तीकडे मोठ्या भावपूर्ण दृष्टीने ती पाहू लागली. संध्याकाळी सूर्य मावळल्यावर पश्चिम क्षितिजावरले मोहक रंग एकमेकांत

मिसळत-मिसळत झरझर बदलत जातात तशा गेल्या पाच वर्षांतल्या अनेक मधुर विविध आठवणी तिच्या डोळ्यांपुढे नाचू लागल्या.

सदानंद तिला पाहायला आला ती रात्र – त्याची गाडी फार उशिरा आली त्या दिवशी. तो आता येतच नाही असे आपल्या वडिलांना वाटू लागले. शेवटी 'गांधींच्या चळवळीत पडलेल्या गरीब बापाच्या पोरीशी लग्न करायला शाळामास्तरसुद्धा तयार व्हायचा नाही!' असे निराशेचे उद्‌गार त्यांच्या तोंडून निघाले.

ते ऐकून आपल्याला फार वाईट वाटले. आपण चेहऱ्यावर लटके हसू आणून बाबांच्या जवळ जाऊन बसलो. आपल्या तोंडावरून सुरकुतलेला हात मोठ्या वात्सल्याने फिरवीत ते सद्‌गदित स्वराने उद्‌गारले, "माया, फुकट पोरीच्या जन्माला आलीस तू! तू मुलगा असतीस तर हा अपमान, ही विटंबना, हा आयुष्याचा 'जुगार –' "

आपण हसत-हसत बाबांना म्हटले, 'बाबा, मुलगा आणि मुलगी यात फक्त एका वेलांटीचं अंतर आहे एवढंच मी शिकले आहे. मिठाच्या सत्याग्रहात डोक्यात लाठी बसली तरी हातातलं मीठ न सोडणाऱ्या शूर पित्याची कन्या आहे मी. 'कधि करिती लग्न माझे तुज ठावे ईश्वरा,' म्हणून मी रडत बसणारी शारदा नाही काही. आणि उद्या लग्न होऊन एखादा सुधाकर कपाळी आला तर सिंधूसारखी 'कशि या त्यजू पदाला' हे रडगाणं गातही मी बसणार नाही. मी नव्या युगातली जिवंत मुलगी आहे. जुन्या काळातली निर्जीव बाहुली नाही!'

बाबांच्या मनाचा मलूलपणा नाहीसा करण्याकरिताच आपण हे सारे नाटकी वक्तृत्व त्या वेळी केले. कॉलेजातल्या वादविवाद मंडळात हिरिरीने भाग घेण्यापासून काय फायदा होतो, हे आपल्याला त्या क्षणी पूर्णपणे कळले. आपले ते वक्तृत्व अतिशय यशस्वी झाले. उभ्या जन्मात दिली नसेल, एवढी शांती आपल्या त्या बोलण्यामुळे बाबांना मिळाली.

त्या दिवशी रात्री सदानंद उशिरा आला. तो आपल्याला आवडला. आपण त्याला पसंत पडलो. त्याच बैठकीला मुहूर्त निश्चित झाला, आणि मग आपल्या मनात येऊ लागले, सदानंदाला एखादे विचित्र व्यसन असले तर? बाबांच्या पुढ्यात दिलेले व्याख्यान आठवून आपल्या काळजाचा थरकाप झाला. मास्तरांना बहुधा व्यसने असत नाहीत, असे

आपण आपल्या मनाचे समाधान करून घेतले. पण सदानंद शाळेत नोकरी करून एल.एल.बी.चा अभ्यास करीत होता. अभ्यासासाठी तो जागत असेल, धूम्रपान करीत असेल. अलीकडच्या तरुण मंडळीत बिअर पिणेसुद्धा फार बोकाळले आहे म्हणे!

बाबांच्या तालमीत तयार झालेल्या आपल्या मनाला धूम्रपानाची विलक्षण शिसारी होती. व्यसनाविषयी, दुर्गुणाविषयी, मोहाविषयी, पापाविषयी आपल्याला नेहमी विलक्षण चीड वाटायची. घरी बाबांचे वळण, कॉलेजात तात्यांचा आदर्श! तात्या नेहमी सिगारेट मागून सिगारेट ओढायचे हे खरे; पण शरीराचे पावित्र्य आपल्याला जसे बाबांनी शिकविले तसे आत्म्याच्या पावित्र्याचे उदात्त धडे तात्यांनी आपल्याला घालून दिले.

या संस्कारांमुळे सदानंदाला धूम्रपानाचे व्यसन असले, तर पुढे आपले कसे होईल या चिंतेने आपल्याला लग्न होईपर्यंत अगदी बेचैन करून सोडले. पण पहिल्याच दिवशी आपली ती काळजी दूर झाली. आपण न्हाणीघरात त्याच्या अंघोळीचे पाणी काढायला आलो, आपल्या पाठोपाठ तो टॉवेल घेऊन आला आणि आपण जवळच्या हंड्यातून विसणाकरिता थंड पाणी घ्यायला वळताच त्याने चटकन आपल्या ओठावर ओठ टेकले.

रोमरोमांतून रातराणीची फुले फुलविणाऱ्या प्रीतीच्या त्या पहिल्यावहिल्या उन्मादक स्पर्शाने आपले देहभान क्षणभर हरपले. पण अमृतात न्हाऊन निघालेल्या त्या मंगल क्षणीसुद्धा सदानंद धूम्रपान करीत नाही, याची खात्री झाल्यामुळे आपल्या मनात जी आनंदाची आणि अभिमानाची ऊर्मी उसळली तिचे सुख काही निराळेच होते.

माया आता आपल्या खाटेवर उठून बसली. पलीकडच्या खाटेवर झोपलेल्या सदानंदाकडे पाहता-पाहता साऱ्या जगात आपल्याइतकी भाग्यवान पत्नी दुसरी कुणी नसेल, असे तिला वाटले. ती मनात म्हणत होती, प्रीती ही केवढी मोठी जादूगारीण आहे! पाच वर्षांपूर्वी आपल्या दोघांची तोंडओळखसुद्धा नव्हती. त्या वेळी आगगाडीच्या डब्यात आपली गाठ पडली असती, तर एकमेकाकडे क्षणभर नजर टाकून आपण लगेच खिडकीतून बाहेर पाहू लागलो असतो. पण आज? आज ते कचेरीत नि आपण शाळेत असल्यामुळे दुपारी सात-आठ तासांचा जो

वियोग होतो, तोसुद्धा आपणा दोघांना सात-आठ वर्षांसारखा वाटतो. एक दिवस आपण दूर गेलो तरी सदानंदाला –

एकदम एक विचित्र कल्पना मायाच्या मनात चमकून गेली. सदानंदाला एल.एल.बी.च्या अभ्यासाला भरपूर वेळ मिळावा म्हणून प्रथम आपण शाळेतली नोकरी पत्करली. त्या नोकरीला व्यत्यय येऊ नये म्हणून मुले थोडी उशिरा झालेली बरी असे आपण दोघांनी ठरविले. दैवाने सदानंदाला पळापळाला आणि पावलोपावली साथ दिली. गेल्या तीन वर्षांत निरनिराळ्या खात्यांत त्याने हुशारी दाखविल्यामुळे रेशनिंगमधल्या कापडखात्याचे मोठे जबाबदारीचे काम त्याला मागच्याच महिन्यात मिळाले. इतके दिवस त्याच्यासाठी आपण मनातल्या मनात दाबून ठेवलेली मुलाची हौस आता सफल व्हायला काहीच हरकत नाही. पण-पण कदाचित त्या पहिल्याच बाळंतपणात आपल्याला मृत्यू आला तर –

स्वत:च्या मरणापेक्षा आपल्यामागे सदानंदाची जी वेड लागल्यासारखी स्थिती होईल तिची कल्पनाच मायाला अधिक भेडसावू लागली. तिचे मन म्हणत होते, घराबाहेर पुरुष सिंहासारखे वागतात, पण घरी ते सशासारखे असतात. त्यांना पदोपदी जपावे लागते, सावरावे लागते, धीर द्यावा लागतो, कुरवाळावे लागते. काहीकाही वेळा अगदी लहान मुलासारखी त्यांची स्थिती होते. एल.एल.बी.च्या परीक्षेच्या वेळी सदानंदाचा पहिला पेपर वाईट गेला. त्या रात्री आपल्या मांडीवर डोके टेकून सदानंदाने केलेले ते मूक अश्रुसिंचन – शेवटी आपल्या थोपटण्यानेच त्याचे मस्तक शांत झाले. लगेच त्याला गाढ झोप लागली. दुसऱ्या दिवशी पहाटे उठून त्याने पुढच्या पेपराची अशी तयारी केली की –

आपण त्या दिवशी नसतो तर –

तात्या आपल्या काव्यदृष्टीची नेहमी थट्टा करायचे. पण संसार म्हणजे अमृताचा प्याला आहे, याची त्या दृष्टीनेच आपल्याला प्रचिती आणून दिली. खरोखर एकजीव झालेल्या पतिपत्नींच्या जीवनात केवढे काव्य आहे. त्यातले अगदी सामान्य वाटणारे क्षणसुद्धा अमर असतात. प्रीतिसंगमावर दु:खाचे अश्रूसुद्धा पवित्र होतात, सुखाचे वाटू लागतात. संसारातल्या जोडीदाराच्या साध्या स्पर्शात केवढी संजीवनी असते. त्या स्पर्शाची ओझरती स्मृतीसुद्धा माणसाला पुलकित करते. काट्याकुट्यांतून आणि खाचखळग्यांतून प्रवास करणाऱ्या प्रणयी दंपतीला आपण

पांढऱ्याशुभ्र मेघाच्या पायघड्यांवर पसरलेल्या तारकांच्या पुष्पराशीवरून जात आहोत, असे वाटत असते. दुःख हा मानवी जीवनाचा शाप असेल. पण प्रीती हा त्याला मिळालेला उःशाप आहे, यात शंका नाही. प्रीतीच्या या चांदण्यात प्रत्येक पदार्थ मोहक दिसू लागतो, साधे शब्द काव्यमय होतात.

मायेला सदानंदाचे एक-एक गमतीदार बोलणे आठवू लागले.

दर शनिवारी तिचे न्हाणे होई. त्या दिवशी एखाद्या फुलाचा वास घ्यावा, तसे तिच्या मस्तकाचे अवघ्राण करून सदानंद म्हणायचा, 'तुझ्या केसांचा हा शिकेकाईचा वास मला फार-फार आवडतो. लहानपणी मी पिटमध्ये बसून बालगंधर्वांची सारी नाटकं बघितली. त्यांनी लावलेल्या अत्तराच्या घमघमाटाचं वर्णन खुर्चीवरली मंडळी नेहमी मिटक्या मारीत करीत. मला त्या सुगंधाची कल्पना नाही, पण या शिकेकाईच्या वासानं येणारी धुंदी त्या सुगंधात खास नसेल.'

माया त्याला नेहमी तुम्ही म्हणायची, पण एखादेवेळी स्वारी 'तू मला अरे-तुरे म्हटलं पाहिजेस' असा वेडा हट्ट धरून बसे. एकांतातसुद्धा त्याला तसे संबोधणे मायाला मोठे कठीण वाटे. मग सदानंद आपले अगदी निर्वाणीचे अस्त्र काढी. ते म्हणजे अबोला. ते अस्त्र सुटले की माया लाजत, शरमत व खालचा ओठ दातांनी चावत कशीतरी त्याला एकेरी हाक मारी आणि मग एखाद्या पाच वर्षांच्या परकऱ्या पोरीसारखी एकदम त्याच्या कुशीत तोंड लपवी.

असल्या आठवणी अगणित होत्या. पण त्या असंख्य मधुर स्मृतींत उठून दिसणारी ती अनुभूती – तारामंडळात जशी शुक्राची चांदणी चमकावी तशी साऱ्या आठवणींची राणी वाटणारी ती स्मृती –

माया एकदा आजारी पडली होती. काही केल्या तिचा ताप उतरेना. डॉक्टर तिला तपासायला आले की, सदानंद कावराबावरा होऊन जाई. तापाला सात-आठ दिवस झाले. बाहेरच्या खोलीत सदानंद डॉक्टरांच्या बरोबर बोलत होता. कान टवकारून बाहेरचे बोलणे ऐकणाऱ्या मायाच्या कानांवर डॉक्टरांचे शब्द पडले, "असं वेड्यासारखं काय करता? अहो, हा मुदतीचा ताप आहे. त्यात भिण्यासारखे काही नाही. पुसा! डोळे पुसा!" सदानंदाने उत्तर दिले होते, "डॉक्टर, काय वाटेल ते करा पण मायाला जगवा. तिच्यावाचून मला –" पुढे त्याच्या तोंडून शब्दच

उमटला नाही. पण त्याला जे काही बोलायचे होते, ते हुंदक्याने सांगितले.

आता ती आठवण होताच मायाला गहिवरल्यासारखे झाले. तिच्या मनात आले, या जगात माणसाचे अश्रू जपून ठेवता आले असते, तर किती बरे झाले असते. सारी दुःखे आणि पापे त्या अश्रूंनी धुऊन काढता आली असती.

तिने प्रसन्न मनाने खिडकीकडे पाहिले. बाहेर चांदण्याचे कारंजे थुई-थुई नाचत होते. खिडकीतून आत येणारे त्याचे तुषारही मोठे आल्हाददायक वाटत होते. मायाच्या डोळ्यांवरली झोप आता पार उडून गेली. सदानंदाला उठवून त्याच्या हातात हात घालून चांदण्यात खूप-खूप लांब फिरून यावे, अशी इच्छा तिच्या मनात आता प्रबळ होऊ लागली.

ती हळूच उठून त्याच्याजवळ जाऊन बसली. गालाला गाल लावून तो जागा होत नाही, असे पाहताच तिने त्याच्या कानात कुर्रर्र केले. सदानंदाने त्रासिक मुद्रेने डोळे उघडले. कुशीवर वळत आणि एक मोठी जांभई देत तो म्हणाला, ''झोप मोडणं हे लग्न मोडण्याप्रमाणंच मोठं पाप आहे हं!''

मायाने हसत विचारले, ''यातलं अधिक मोठं पाप कुठलं?''

''लग्न मोडणं हे!''

त्याचे दोन्ही हात आपल्या हातात घट्ट धरून माया म्हणाली, ''ते पाप तुमच्या हातून होऊ नये म्हणून तर मी एवढ्या अपरात्री तुम्हाला उठवायला आले!''

''म्हणजे?''

''एक लग्न आता अगदी मोडायच्या बेताला आलंय!''

''तुझ्या बाहुलीचं?''

''अं हं! आपलं.''

हे शब्द उच्चारणाऱ्या मायाच्या गंभीर मुद्रेकडे सदानंद क्षणभर पाहतच राहिला. लगेच त्याचे लक्ष तिच्या हातातल्या मोत्यांच्या बांगड्यांकडे गेले. तो हसून म्हणाला, ''शक्य नाही!''

''का?''

''आजच तुझ्या हातात मी या नव्या बेड्या घातल्या आहेत की!''

''पण कैद्याला बेड्या तोडून पळून जाता येतं.''

"लोखंडाच्या शृंखला माणसं लीलेनं तोडतात, पण सोन्याच्या आणि हिऱ्यामोत्यांच्या – एखादा पुरुषच कदाचित त्या तोडील. पण स्त्री? अं हं! ते शक्य नाही."

सदानंदाच्या गंभीर मुद्रेकडे पाहायची पाळी आता मायावर आली. तो आपली थट्टा करीत आहे की स्त्रीला अंकित करू इच्छिणारा आणि तिच्यावर स्वामित्व मिरविण्यात आनंद मानणारा त्याच्यातला रानटी पुरुष जागृत झाला आहे हेच तिला कळेना.

आपण मायावर मात केली असे वाटून तिच्या डाव्या कानाचे मऊ मऊ पाळे कुरवाळीत सदानंद म्हणाला, "हा बंडखोर कैदी पळून जाऊ नये म्हणून आणखीसुद्धा बंदोबस्त करणार आहे मी! या कैद्याच्या कानांत मी हिऱ्याच्या कुड्या घालणार – गळ्यात –"

आपली थट्टा आपल्याच गळ्यात आली असे वाटून माया म्हणाली, "या तुमच्या नव्या बांगड्यांनी आज माझी झोपमोड केली. म्हटलं, बाहेर कसं पिठासारखं चांदणं पडलंय. थोडं फिरून यावं. पण एकटं कसं जायचं? तेव्हा –"

"आणि मी तुझ्याबरोबर फिरायला आलो नाही तर? नवरा घोरतो म्हणून अमेरिकेत बायको जशी घटस्फोट घेते, तसं तू करणार आहेस वाटतं?"

आपल्या पहिल्या थट्टेचा अर्थ सदानंदाने ओळखलेला पाहून मायाला त्याच्या चतुरपणाचे मोठे कौतुक वाटले. लाडकेपणाने त्याला उठविण्याचा प्रयत्न करीत ती म्हणाली, "चला ना!"

तोंडावरून पांघरूण ओढून घेत सदानंद म्हणाला, "असल्या थंडीत पायी फिरायला जायचं? अंहं!"

"मी गरीब मास्तरीण आहे. मी मोटार कुठून आणू तुमच्यासाठी?"

"आपल्यापाशी नसली तर नवऱ्याकडं मागावी!"

"मागितली."

"दिली."

"मग चला फिरायला!"

"आता नाही. पुढल्या वर्षी!"

माया त्याला जोरजोराने हलवीत म्हणाली, "पुरे झाली बाई थट्टा! मला उद्या शाळा आहे म्हटलं!"

"उद्यापासनं शाळेला सुट्टी!"

"म्हणजे?"

तिच्या केसांवरून हळुवारपणे हात फिरवीत सदानंद म्हणाला, "माझ्या या फुलाला आजपर्यंत मी काट्यांत टाकलं होतं. पण आता -"

तिचे मस्तक आपल्या छातीवर टेकवून सदानंद ते थोपटू लागला. त्याच्या त्या स्पर्शातून अमृताची कारंजी उसळत आहेत, असा मायाला भास झाला. तिने हळूच दृष्टी वर करून त्याच्याकडे पाहिले. डोळे डोळ्यांना मिळाले. माया हसली, हरखली, पुलकित झाली. सदानंदाच्या डोळ्यांत नुसती लालसेची आग नव्हती. तिथे प्रीतीची फुलेही होती. पाच वर्षांतल्या दोघांच्या एकत्र मिसळलेल्या अश्रूंनी ती फुले फुलविली होती. घारेपणामुळे एरवी कठोर दिसणारे त्याचे डोळे आता किती प्रेमळ वाटत होते. भर दुपारच्या रखरखीत उन्हाचे पौर्णिमेच्या चांदण्यात रूपांतर व्हावे ना, अगदी तस्से भासले सदानंदाचे डोळे तिला!

त्याच्या कुशीत मस्तक लपविता-लपविता तिने बाहेरच्या चांदण्यांकडे तुच्छतेने पाहिले. रोमरोमांतून स्वच्छंदाने तरंगणाऱ्या ब्रह्मानंदाच्या लहरी तिच्या डोळ्यांत गर्दी करीत होत्या. बाहेर हसणाऱ्या चंद्रिकेला जणूकाही हिणवीत त्या म्हणत होत्या, 'तू चोरटी आहेस, तुझं वैभव उसनं आहे. पतीच्या बाहुपाशांत डोळे मिटून पडलेल्या प्रणयिनींच्या मुखांवरून ओसंडून वाहणारा उन्माद तू युगानुयुगं चोरून साठवीत आली आहेस.'

सदानंदाच्या स्कंधावर मस्तक ठेवून मायाने डोळे मिटून घेतले. आता फक्त सदानंदाचे बोलणे तिला ऐकू येत होते. एखादा विशाल वृक्ष अगदी स्तब्ध व नीरव व्हावा, त्याचे पानसुद्धा वाऱ्याने हलू नये आणि मध्येच त्याच्या उंच गेलेल्या शाखेवर एखाद्या पाखराच्या पिलाने क्षणार्ध किलबिल करावी -

सदानंदाचा एक-एक मधुर शब्द ऐकताना तिला असा काहीतरी भास होत होता. सदानंद गुणगुणत होता, "माया, माझ्यासाठी फार-फार कष्ट सोसलेस तू! पाच वर्षांपूर्वी आपण एका खडकाळ डोंगराच्या पायथ्याशी उभे होतो. आता आपण शिखराजवळ आलो आहोत. या शिखरावर मी एक सुंदर मंदिर बांधणार आहे. त्या मंदिरात तुला राणीसारखी - महाराणीसारखी ठेवणार आहे मी! माझं हे नाजूक फूल आजपर्यंत धुळीनं भरलेल्या रस्त्याच्या बाजूला उन्हात कोमेजत होतं.

आता ते मी सोन्याच्या नक्षीदार फुलदाणीत अखंड हसत राहील असं करणार आहे.''

सदानंदाचे प्रीतीचे बोल आणि संसाराचे बेत ऐकता-ऐकता आपल्याला झोप केव्हा लागली हे मायाला कळलेही नाही. तिने डोळे उघडून पाहिले तेव्हा खिडकीतून उन्हे लगबगीने आत येत होती. एखादे दिवशी जागे व्हायला इतका उशीर झाला की, जणूकाही त्या उन्हाचे चटके आपल्याला बसत आहेत अशा कल्पनेने ती गडबडून उठायची. पण आज ती अंथरुणावर लोळत पडून राहिली. आजपासून तिला शाळेला जायचे नव्हते. ती मास्तरीण राहिली नव्हती. एका अधिकाऱ्याची लाडकी पत्नी होती ती! पाच वर्षे डोक्यावरून वाहून आणलेले अनेक चिंतांचे अवजड ओझे आज तिने दूर झुगारून दिले होते.

तिने पुन्हा बाहेर चमकणाऱ्या उन्हाकडे पाहिले. रात्रीच्या चांदण्याइतकेच ते शीतल व मोहक आहे असा भास तिला झाला.

◆

रूक्ष प्रदेशांतून धावत जाणाऱ्या आगगाडीतल्या प्रवाशाने मधेच गाडी बदलावी आणि सृष्टिसौंदर्याने नटलेल्या भूभागांतून त्याचा संसार सुरू व्हावा तसे आता मायाचे जीवन झाले. गेली पाच वर्षे आपण एक प्रकारच्या कैदेत होतो असे आता राहून राहून तिच्या मनात येई. त्या तपासायच्या वह्यांच्या राशी – ते पेपरांचे गठ्ठे – ते किचकट कंटाळवाणे पाठ – ती इन्स्पेक्शन – कधी म्हणून क्षणाची फुरसद मिळायची नाही. आताच्या नव्या आयुष्यक्रमातही धांदल, धडपड, धावपळ – सर्व काही होते; पण त्यात उपभोग होता, आनंद होता, उन्माद होता, अभिमान बाळगण्याजोगे काहीतरी होते. हे धावणे मांजराची चाहूल ऐकून बिळाकडे धावणाऱ्या उंदराचे नव्हते. विजेच्या वेगाशी स्पर्धा करून शर्यत जिंकणाऱ्या घोड्याचे धावणे होते ते. आज काय गावात नवा चित्रपट लागलाय आणि थिएटरच्या मॅनेजरांनी सदानंदाला बोलावले आहे, अगदी बॉक्स रिझर्व करून ठेवली आहे – त्याची घाई. उद्या काय, मुंबईच्या एका बड्या व्यापाऱ्यांना सदानंदाने जेवायला बोलावले आहे – त्याची गडबड. कापडाच्या रेशनिंगचे अतिशय जबाबदारीचे काम आता त्याच्याकडे होते. त्या निमित्ताने गावातल्या आणि बाहेरच्या असंख्य व्यापाऱ्यांशी

त्याचे स्नेहसंबंध जडत चालले होते. त्यांचे जाणे-येणे – चहा-पाणी – ऊठ-बस –

पूर्वीचे छोटे घर या नव्या धबडग्याला मुळीच पुरे पडले नसते. पण सदानंद ही काही आता कुणी सामान्य व्यक्ती राहिली नव्हती. कापडाच्या एका गुजराथी व्यापाऱ्याने नव्या वसाहतीत राधा-कृष्णाचे एक सुंदर मंदिर नुकतेच बांधले होते. मंदिराजवळच त्याचा मोठा टुमदार बंगलाही होता. तो त्याने सदानंदाला देऊ केला. घर-टंचाईच्या आणि महागाईच्या या काळात त्या बंगल्याच्या भाड्यातच आपला निम्मा पगार जाईल, असे मायाला वाटू लागले. पण त्या व्यापाऱ्याने मुळी भाडे घ्यायचेच नाकारले. सदानंदाने त्याला घरी चहाला बोलावून भाड्याचा प्रश्न काढला तेव्हा तो हसत-हसत म्हणाला, "अण्णासाहेब, आपण आमच्या पाठच्या भावासारखे! भाऊ भावाकडून कधी भाडं घेईल काय? तुम्हाला भाडं द्यायचं असलं, तर तुम्ही खुशाल द्या. आम्ही बेपारी आहोत. पैशाला आम्ही नाही म्हणायचो नाही. तुम्ही द्याल ते पैसे आम्ही घेऊ. पण वहिनीबाईंच्या भाऊबीजेच्या दिवशी तुमच्या घरी येऊ आणि त्यांना सांगू, तुमचा एक परदेशी भाऊ आला आहे. त्याला आरती ओवाळा. त्यांच्या आरतीत तुम्ही दिलेलं भाडं टाकून आम्ही मोकळे होऊ!"

त्या शेठजींचे ते बोलणे ऐकून माया मनात म्हणाली होती, "ही गुजराथी माणसं फारशी शिकली नसली, तरी बोलण्यात मोठी हुशार आणि मिठ्ठास असतात. परप्रांतात जाऊन हा-हा म्हणता ती आपलं बस्तान बसवितात ते काही उगीच नाही."

नवा बंगला मोठा सुंदर होता. तऱ्हेतऱ्हेने तो सजविण्यात आणि त्याच्या भोवताली सुंदर बाग उठविण्यात दिवस उजाडला केव्हा आणि मावळला केव्हा हे मायाला कळेनासे झाले. या नव्या वैभवात वावरताना राहून-राहून तिच्या मनात येई, आपण स्वप्नात तर नाही ना! शय्यागृहात लावलेले साध्या चौकटीतले वडिलांचे आणि वामनराव जोशी यांचे जुने फोटो तिथे शोभत नाहीत, असा विचारसुद्धा तिच्या मनाला एक-दोनदा ओझरता स्पर्श करून गेला. ड्रेसिंग-टेबलाच्या लंबवर्तुळाकार आरशापुढे उभी राहून ती वेणी घालू लागली की, तिला आपल्या लहानपणाच्या दिवसांची आठवण व्हायची. बाबांच्या त्या तीन खोल्यांच्या बिऱ्हाडात एक लहान आरसा होता आणि तोही थोडासा पारा उडालेला. आपण

एक-दोनदा त्यांच्याकडे तक्रार करून पाहिली. पण त्यांचे एक उत्तर ठरलेले असे – 'माणसाचं खरं सौंदर्य आरशात दिसत नाही, ते त्याच्या आचार-विचारांतून प्रकट होतं.'

आता तिला गावातल्या मोठमोठ्या समारंभांची निमंत्रणे मोठ्या अगत्याने येऊ लागली. पूर्वी ज्या बायकांकडे ती असूयामिश्रित तुच्छतेने पाहत असे, त्यांच्या खुर्चीला खुर्ची भिडवून बसताना तिला स्वर्ग दोन बोटे उरल्यासारखा वाटे. शिक्षिका असताना सदानंदाबरोबर फिरायला जायचे असले, तर ती केसांवरून नुसती फणी फिरवी आणि पाच मिनिटांत तयार होई. आता त्याच्याबरोबर कुठल्याही समारंभाला जायचे झाले की, केशभूषा आणि वेशभूषा करायला तिला चार-चार घटका पुरेनाशा झाल्या. आज कुठल्या रंगाचे आणि कसल्या किनारीचे जरीचे पातळ नेसावे, रंगसंगतीच्या दृष्टीने ब्लाउज कुठला घालावा, कोणत्या प्रकारची केशभूषा सदानंदाला आवडेल, ती पाहून श्रीमंतांच्या बायका चकित होतील की नाही, इत्यादी गोष्टींचे चिंतन हा तिचे मन व्यग्र करणारा एक नित्याचा व्यवसाय होऊन बसला. स्वयंपाकी, गडी, माळी, रेडिओ, सोफासेट, ड्रेसिंग-टेबल – जिकडे पाहावे तिकडे तिला अष्टौप्रहर आपल्या पतीचे मोठेपण दिसून येई. नवे दागिने, जॉर्जेटची नवी-नवी पातळे – एखाद्या राजकन्येने आपल्या बाहुलीला नटवावे तसा सदानंद तिला रोज-रोज सजवीत होता. अवघ्या तीन वर्षांत तो एवढ्या मोठ्या अधिकाऱ्याच्या जागेपर्यंत येऊन पोचला. त्यानंतर फक्त एका वर्षात त्याने हे सारे वैभव संपादन केले. पूर्वी त्याच्याविषयी तिला नुसते प्रेम वाटे, आता त्या प्रेमाला भीतियुक्त आदराची जोड मिळाली. हिमालयाच्या पायथ्याशी उभा राहिलेल्या माणसाच्या मनाचा त्याच्या उंच उंच शिखरांकडे पाहताना जसा गोंधळ होत असेल, समुद्राच्या किनाऱ्यावरला मनुष्य पळापळाला आभाळाला भिडणाऱ्या पर्वतप्राय लाटांच्या दर्शनाने जसा विस्मित होऊन जात असेल, तशी आता तिची मन:स्थिती झाली. सदानंदाचे बुद्धिसामर्थ्य काही निराळे आहे, असे तिला वाटू लागले. तो पूर्वी तिचा मित्र होता. आता तो देव झाला. पूर्वीसारखी त्याची थट्टा करण्याचा आता तिला धीर होईना. ती त्याच्या पराक्रमाची पुजारीण बनली.

ग्रीष्माने सारी पृथ्वी करपून जावी, हिरवळ कुठे नावालासुद्धा दिसू

नये, एखाद्या काहिलीत घातल्याप्रमाणे माणसे तडफडत असावीत, अशा स्थितीत एकदम वळवाच्या सरीमागून सरी याव्यात आणि जणूकाही जादूच्या कांडीने सारा देखावा बदलून जावा, जिकडे-तिकडे पाचूची राने फुलावीत, हवेत सुखद गारवा यावा – अगदी तस्सा मायाला आपला नवा संसार वाटू लागला.

या पाचूच्या रानातून कितीही फिरले, तरी तिच्या मनाची तृप्ती होत नसे. मात्र कधीतरी मधेच त्या रानात तिच्या मनाला काहीतरी बोचे. क्षणभरच का होईना, ते तिला तीव्रतेने टोचे. कुठे कुसळ, केव्हा सराटा, एखादे वेळी काटाही! अशा वेळी त्या क्षणिक दुःखाने ती अस्वस्थ होऊन जाई.

आपले हे भव्य वैभवमंदिर पापाच्या पायावर तर उभारले जात नाही ना, ही शंका जेव्हा-जेव्हा तिच्या मनाला चाटून जाई तेव्हा-तेव्हा एखादा कृष्णसर्पच आपल्याला झटकन दंश करून फूत्कारत निघून जात आहे, असा तिला भास होई.

ही शंका ती शक्यतो मनातल्या मनात दाबून टाकी. पण एखादे वेळी या कल्पनेने ती इतकी बेचैन होई की, रात्री एकांतात सदानंदाच्या शर्टच्या गुंड्यांशी खेळण्याचा चाळा हाताने करीत आडून-आडून हा प्रश्न त्याला विचारण्याचे धाडस केल्यावाचून तिला राहवत नसे. 'पुरुषांनी घरातल्या स्वयंपाकात आणि बायकांनी बाहेरच्या व्यवहारात फार लक्ष घालू नये,' असे काहीतरी सांगून तो तिचे तोंड बंद करण्याचा प्रयत्न करी. पण एवढ्याने तिचे समाधान होत नाही असे वाटले म्हणजे तो म्हणे, "अगं, माझ्या जागी दुसरा कुणी असता तर त्यानं आज सोन्याचा बंगला बांधला असता. या कापडाच्या व्यापाऱ्यांकडून आपल्याकडे अनेक भेटी येतात हे खरं, पण हा व्यवहार आहे. मी त्यांची कामे वेळेवर करतो. साहजिकच त्यांना माझं अगत्य वाटतं. तू मास्तरीण होतीस तेव्हा मुली संक्रांतीचा तिळगूळ तुला आणून देत होत्या ना? तो तिळगूळ तू चोरीत होतीस असं मी म्हटलं असतं तर –"

त्याचे हे उदाहरण ऐकून मायाला खूप हसू येई. पण तिच्या मनातले किल्मिष मात्र साफ दूर होत नसे. त्याने अधिक स्पष्ट असे काहीतरी सांगावे, अगदी आपल्या गळ्यावर हात ठेवून हा सारा पैसा

पापाचा नाही असे म्हणावे, असे तिला फार-फार वाटे. एखाद्या भुकेलेल्या भिकारणीने श्रीमंताच्या दारातल्या लग्नमंडपाकडे करुण दृष्टीने पाहत उभे राहावे, तशी ती कितीतरी वेळ त्याच्याकडे मूकपणाने पाहत राही. मग मात्र त्याच्या घाऱ्या डोळ्यांची तिला एकदम भीती वाटू लागे. ती झटकन खाली मान घालून त्याच्या कुशीत तोंड लपवी. तो तिचे मस्तक थोपटू लागे. लहानपणी झुरळाला विंचू मानून आपण बाबांना कशी घट्ट मिठी मारली होती, याची तिला अशा वेळी आठवण होई. त्या वेळी बाबांनी आपले मस्तक असेच थोपटून आपल्याला धीर दिला होता हेही तिला आठवे. ती मनात म्हणे, 'बाबांच्या त्या पवित्र हातात जी संजीवनी होती, तीच सदानंदाच्या हातात आहे. त्याच्या हातून काही वेडंवाकडं होईल अशी कल्पना तरी आपल्या मनात का यावी. आपलं मनच दरिद्री आहे, भित्रं आहे. म्हणून पतीच्या पराक्रमातसुद्धा आपल्याला पापाचा संशय येतोय. शहरात जिकडे-तिकडे कोंदट हवा असते. पण त्याच्या जवळच्या एखाद्या लहानशा टेकडीवर सुंदर मोकळा रानवारा कसा भिरभिर वाहत असतो. वैभवाचंही असंच आहे. पराक्रमाकडंच ऐश्वर्य चालून येतं!' लवकरच तिच्या दोन मनांचा हा कलह शांत होई. सदानंदाच्या त्या चिरपरिचित उत्कट चुंबनांनी तिच्याभोवती चांदणे फुले. त्याच्या बाहुपाशात आपण गंधर्वलोकांत जाई-जुईच्या फुलांच्या शय्येवर झोपलो असून आपल्या उशाशी शुक्राचा नंदादीप तेवत आहे, असा तिला भास होई. त्या मिठीत धुंद करणाऱ्या उन्मादाशिवाय इतर सर्व अनुभूतींना मज्जाव होता. त्या उत्कट क्षणी पाप, पुण्य, जग, समाज – सारे शब्द पोकळ वाटू लागत तिला! मनाला बोचणाऱ्या सर्व बारीक-सारीक काट्यांची त्या उन्मादाच्या स्पर्शाने हा-हा म्हणता फुले होऊन जात.

मात्र एखादे वेळी मधूनच सदानंदाच्या विचित्र घोरण्याने ती जागी होई. जाळीआड दबा धरून बसलेल्या हिंस्त्र जनावराची कल्पना इच्छा नसतानाही तिच्या मनाला बेचैन करून सोडी. कुठल्यातरी भयंकर निबिड अरण्यातून आपण एकटेच प्रवास करीत आहोत, असे तिला वाटे. भोवतालच्या गर्द झाडीतून लुकलुकणारी एकतरी चांदणी आपल्याला दिसावी अशी तिला हुरहुर लागे. लगेच त्या चांदणीचे रूपांतर चिमण्या

बालकात होई. उशाकडल्या भिंतीवर लावलेल्या वडिलांच्या आणि वामनराव जोशी यांच्या फोटोकडे तिचे डोळे नकळत वळत. ती त्यांना म्हणे, 'बाबा, तात्या, तुमच्या कृपेनं मला सारं-सारं सुख मिळालं. पण एक गोष्ट – आपल्या सुखात काहीतरी कमी आहे, असं अलीकडे मला राहून-राहून वाटतं. तेवढा उणेपणा लवकरच दूर होईल, असा तुम्ही दोघे आशीर्वाद द्या मला!'

आपल्या आवडत्या पित्याकडे आणि गुरूकडे ती असा आशीर्वाद मागत असतानाच एखाद्या वेळी शेजारच्या राधाकृष्णाच्या मंदिरात चाललेल्या भजनाचा गजर तिच्या कानांवर पडे. कॉलेजात असताना 'जगात देव आहे का?' या वादविवादात तिने नास्तिक पक्षाचे पुढारीपण गाजविले होते. पण आता वाऱ्यावरून अस्पष्ट कानांवर येणाऱ्या 'राधेकृष्ण' 'राधेकृष्ण' या शब्दांत तिला काही निराळीच गोडी वाटू लागली. ते शब्द ऐकता-ऐकता ती स्वप्नसृष्टीत स्वच्छंद विहार करू लागे. कृष्णाच्या वेळचे गोकुळ तिच्या डोळ्यांपुढे उभे राही. तिथे नंदाच्या अंगणात रांगणारा चिमणा बाळकृष्ण तिला दिसे. आईचा डोळा चुकवून लोणी खाणारा खोडकर कान्हा तिला पाहून हसे. यशोदेने उखळाला बांधून ठेवलेली अवखळ नंदलालाची चिमुकली मूर्ती दृष्टीला पडताच तिच्या हृदयात गोड अज्ञात हुरहुर उत्पन्न होई. तिला वाटे, अस्से पुढे व्हावे आणि या गोजिरवाण्या बालकाला मोकळे करून घट्ट पोटाशी धरावे – छे! नुसते पोटाशी धरून नाही आपले समाधान होणार – बाहेर फुटू पाहणारा हा आपला पान्हा – या गोजिरवाण्या बालकाला नुसते पोटाशी धरून या सुखाच्या कळा कशा थांबतील? शरीराच्या रोमरोमाला आपल्या मधुर मुरलीरवाने मोहित करणारे हे नव्या जीवनाचे संगीत, त्या बालकाच्या गालांवरले दुधाचे हे ओघळ, या दुग्धधारा, जीवनरसाने फुलविलेले हे चांदणे –

◆

एके दिवशी ते स्वप्नसृष्टीतले चांदणे सत्यसृष्टीत उतरल्याचा साक्षात्कार मायाला झाला.

पहिल्या दिवशी ती ओकाऱ्यांनी बेजार होऊन गेली. घरात गडी, माळी, स्वयंपाकी – सारीच पुरुष माणसे होती. एकाला वाटले,

'बाईसाहेबांना पित्त झाले आहे.' दुसरा पुटपुटला, 'परवाच्या नाटकाचं हे जागरण बरं, जागरण!'

दुसऱ्या दिवशी आपल्या या आजाराचे कारण लक्षात येऊन मायाला विलक्षण आनंद झाला. ओकारीमागून ओकारी येत होती. पोटातली आतडी गोळा झाल्यासारखी वाटून जीव गुदमरत होता. डोळे पाण्याने पुन:पुन्हा भरून येत होते. पण माया हसत होती. तिचे मन 'मी आई होणार, मी आई होणार' हे अमृतमधुर शब्द कुणालाही ऐकू जाणार नाहीत, अशा बेताने गुणगुणत आनंदाने पिंगा घालीत होते.

त्या दिवशी तिच्या पोटात पाण्याचा एक थेंबसुद्धा टिकला नाही. सदानंद नित्याप्रमाणे कचेरीला गेला. त्याला घरी राहणे शक्य नव्हते. गळून गेलेल्या शरीराने माया आपल्या पलंगावर पडली होती. तिची नजर उशाजवळच्या तात्यांच्या आणि वडिलांच्या फोटोकडे गेली. तिच्या मनात आले – ध्येये म्हणजे दु:खे, काव्य म्हणजे त्याग, जीवन म्हणजे मंदिर असे काहीतरी तात्या बोलू लागले म्हणजे प्रणयाचे पंख नुकतेच फुटू लागलेल्या आपल्यासारख्या कॉलेजातल्या पोरी मनातल्या मनात त्यांची थट्टा करीत. पण ते खोल अनुभवाचे शब्द होते, आर्त आत्म्याचे बोल होते. शरीराच्या सतारीवर गीतगोविंदातल्या अष्टपद्या वाजविण्यात यौवन नेहमीच दंग असते. त्याचा तो स्वभावधर्मच आहे. एकतारीच्या साथीवर आळवल्या जाणाऱ्या तुकारामाच्या अभंगांची गोडी त्या वेळी त्याला कळत नाही. ती कळायला – ती कळायला माणसाला मरणाच्या दारी जाऊन परत यावे लागते – पुनर्जन्माचा अनुभव या नाही त्या रूपाने घ्यावा लागतो. स्त्री ही पुरुषापेक्षा या दृष्टीने भाग्यवान आहे. दिग्विजयी पुरुषाला उभ्या जन्मात न मिळणारा पुनर्जन्माचा अनुभव तिचे मातृत्व तिला देते. दु:खातून, कष्टातून आणि त्यागातून खऱ्याखुऱ्या सुखाचा जन्म होऊ शकतो, हे स्त्रीचे आईपणच तिला शिकविते.

त्या दिवशी रात्री सदानंदाला ही नवीन गोड बातमी सांगताना जगातल्या साऱ्या नववधूंची लज्जा मायाच्या जिभेवर अवतरली. त्याला कितीतरी वेळ ते खरेच वाटेना! पण दुसऱ्या दिवशी सकाळी ओकाऱ्यांनी बेजार झालेला मायाचा लालबुंद चेहरा पाहून तो गडबडून गेला. त्याने

गड्याला डॉक्टरांकडे पिटाळले. माया त्याला खुणेने 'नको, नको' म्हणत होती. पण काही केल्या तो ऐकेना. डॉक्टरांनी येऊन जेव्हा भिण्याचे काही कारण नाही म्हणून हसत-हसत सांगितले तेव्हा कुठे त्याचा जीव भांड्यात पडला.

आठ दिवस असेच गेले. डॉक्टरांनी अनेक औषधे दिली. पण मायाचे ते दररोज सकाळी होणारे हाल काही केल्या कमी होईनात. ते पाहून सदानंद घाबरून जाई. शेवटी त्याला बरे वाटावे म्हणून माया म्हणाली, "लग्न झाल्यापासून कोकणात मावशीकडे एकदासुद्धा गेले नाही मी! कोकणातल्या माणसांना खूप-खूप घरगुती औषधं ठाऊक असतात. तिथं मला लवकरच बरं वाटेल!"

◆

सदानंदाची कशीबशी संमती मिळवून माया मावशीकडे गेली. हवापालटामुळे असो अथवा मावशीच्या आनुभविक औषधांमुळे असो, लवकरच तिला हुशारी वाटू लागली. ती पूर्वीसारखी जेवू-खाऊ लागली. पाय मोकळे करण्याकरिता म्हणून त्या खेड्याभोवतालच्या पाऊलवाटांनी लांब-लांब भटकत जाण्यात तिला विलक्षण आनंद वाटू लागला. फिरता-फिरता डोंगर, झाडे, खडक, रानफुले, गुरे-ढोरे, भातखाचरे आणि दिवसभर ऐकू येणारे पाखरांचे विविध स्वर यांच्याशी तिचे काव्यप्रिय मन नकळत तन्मय होऊ लागले. त्या खेड्याविषयी तिच्या मनात विलक्षण आपुलकी निर्माण झाली. गेली दीड-दोन वर्षे बंगल्यात घालविलेल्या आपल्या आयुष्यात एक प्रकारची विकृत कृत्रिमता होती, असा विचार तिच्या काव्यात्म मनात पुनःपुन्हा चमकून जाऊ लागला.

तो विचार मुळातच खुटून टाकण्याचा तिने प्रथम प्रथम प्रयत्न केला; पण दररोज त्या खेड्यातले जे जीवन तिच्या दृष्टीला पडे त्याच्यामुळे तो अधिकच दृढमूल होई. आठ महिन्यांची एक गर्भारशी बाई शेतात काम करताना तिच्या दृष्टीला पडली. पाच-सहा वर्षांची अंगावर चिंध्यासुद्धा नसलेली पोरे पोटासाठी राब-राब राबताना तिने पाहिली. औषधाला हव्या असलेल्या चिमूटभर साखरेकरिता आपल्या मावशीच्या दारात येऊन उभी राहिलेली भकास नजरेची कष्टाळू महारीण तिने बघितली. हे खेडे म्हणजे दैन्य, दुःख आणि दारिद्र्य यांचे नागडे-

उघडे प्रदर्शन आहे या कल्पनेने तिचे मन पहिल्यांना उबगून गेले. लवकरच ते व्यथित होऊ लागले. या दैन्याला, दुःखाला आणि दारिद्र्याला जबाबदार कोण, या विचाराने ती अस्वस्थ झाली. त्या दुर्दैवी माणसांचा यात काय गुन्हा होता? ती सारी उन्हाळ्यात अंगातून घामाच्या धारा गळत असताना कष्ट करीत होती, पावसाळ्यात आकाशातून मुसळाएवढ्या धारांचा वर्षाव होत असताना गुडघाभर चिखल तुडवीत राबत होती, हिवाळ्यात गावात पोट भरण्याचे साधन नाही म्हणून मिळेल त्या पै-पैशाच्या कामामागे धापा टाकीत धावत होती, ती कष्ट करीत होती; पण त्यांचे कष्ट कधीच संपत नव्हते. ती घाम गाळीत होती, रक्ताचे पाणी करीत होती; पण त्यांना पोटभर अन्न मिळत नव्हते. लाज राखणाऱ्या वस्त्रालासुद्धा ती महाग झाली होती. एखाद्या चिरचिऱ्या दमेकऱ्याप्रमाणे त्यांचे जीवन चालले होते – कण्हत, कुंथत, धापा टाकीत. एका श्वासाकरिता – अवघ्या एका श्वासाकरिता.

हे जीवन पाहून मायाला 'सुशीलेच्या देवा'त वामनरावांनी केलेल्या वडाऱ्यांच्या वर्णनाची आठवण झाली. त्यांची ती भिकार पाले, त्यांतले ते भीषण दारिद्र्य, स्वच्छ पाण्यालासुद्धा महाग झाल्यामुळे कॉलऱ्याने त्यांच्या वस्तीत उडविलेला कहर –

अशा क्षणी गेल्या दीड वर्षांतल्या आपल्या वैभवशाली आयुष्याची तिला एकदम खंत वाटू लागे. तिच्या मनात येई, स्मशानातल्या जळक्या चितांपाशी बसून पंचपक्वान्ने खाणाऱ्या माणसासारखे काहीतरी अभद्र आहे आपल्या या उपभोगात! कायदेभंगाच्या चळवळीत उडी घेऊन दरिद्री झालेल्या बाबांनी पुढे हालअपेष्टा सोसून आपल्याला जे एवढे शिक्षण दिले ते काय आपण एखाद्या बंगल्यातली शृंगारलेली बाहुली होऊन आरामात बसावे म्हणून? छे! तात्यांच्या उदात्त सहवासातली कॉलेजातली ती तीन वर्षे! एका तुळशीभोवती आपोआप अनेक लहान लहान तुळशीची रोपे उगवतात आणि सारे वातावरण पवित्र करून टाकतात. तात्या तुळशीसारखे होते; पण त्यांच्या हाताखाली वाढलेल्या आपल्यासारख्या विद्यार्थिनी –

एका असामान्य सात्त्विक आत्म्याच्या सहवासात तीन पावसाळे काढूनसुद्धा आपण –

हा विचार मनात आला की, तापलेल्या लोखंडाच्या सळईने आपल्याला

कुणीतरी डागीत आहे, असे मायेला वाटे. कुठल्यातरी न्यायमंदिरात आपल्याला आरोपीच्या पिंजऱ्यात उभे केले असून 'तू गुन्हेगार आहेस, तू गुन्हेगार आहेस' असा कुणीतरी कठोर स्वरात निकाल देत आहे, असा तिला भास होई.

सदानंदाच्या सहवासातल्या अनेक उन्मादक आठवणीत मनाला बेचैन करणारे हे विचार बुडवून टाकण्याची ती धडपड करी. तो पहिल्या दिवशीचा न्हाणीघरातला ओठांचा ओझरता स्पर्श, नंतरची ती गुदमरवून टाकणारी प्रदीर्घ चुंबने, रात्री दोन-दोन वाजेपर्यंत चाललेली आणि दृढ आलिंगनाने अधिक सुखद झालेली ती पहिल्या वर्षाची लहान-लहान गोष्टींविषयीची मोठी-मोठी संभाषणे, ते श्वासामध्ये मिळालेले श्वास, त्या एकाच वेळी डोळ्यांतून वाहणाऱ्या गंगा-यमुना, ते प्रणयकलह, ती मनोराज्ये –

प्रीती बहुरूपी आहे. एवढेच नव्हे, तर तिचे प्रत्येक रूप अविस्मरणीय आहे. उन्हाळ्यात अंगाची काहिली होत असताना गार वाऱ्याच्या झुळका याव्यात तशा प्रीतीच्या या साऱ्या स्मृती मायेला आनंददायक वाटत. त्या घटकाभर तिला सुखवीत. मग साऱ्या शल्यांचा तिला विसर पडे. पण पुन्हा थोड्या वेळाने तिच्या मनाची तगमग सुरू होई. अलंकारांनी भरलेल्या सुंदर रत्नजडित पेटीतून एकदम तक्षक बाहेर पडावा, तशी एक निराळीच टोचणी या गोडगोड आठवणीतून आता डोके वर काढू लागली – सदानंदाने आपल्यावर प्रेम केले, पण त्याचा उगम केवळ शरीरसुखात तर नाही ना? दोन भागीदारांनी एकत्र येऊन दुकान चालवावे आणि त्यातला नफा वाटून घ्यावा, तसा आपला संसार म्हणजे विविध शारीरिक सुखांकरिता केलेला एक व्यापार आहे असे कुणी म्हटले तर? त्यात मनामनाची मिलन कुठे आहे? त्या मिलनापेक्षाही महत्त्वाचा असलेला माणुसकीचा विकास, आत्म्याचा फुलोरा –

प्रथम एखाद्या टाचणीप्रमाणे बोचणाऱ्या या विवेकाच्या टोचणीला एके दिवशी अकस्मात भाल्याच्या फाळाची धार आली.

माया एका नव्या वाटेने खूप लांब फिरायला गेली होती. विसाव्याकरिता म्हणून पाऊलवाटेच्या बाजूला असलेल्या एका मोठ्या ओबड-धोबड दगडावर ती बसू लागली. त्या दगडाला कुणीतरी फुले वाहिलेली दिसत

होती. गुराख्यांच्या पोरांच्या दृष्टीने सारेच दगड देव असतात. त्या पोरांचाच हा खेळ असावा, असे वाटून हातरुमालाने ती रानफुले झाडून टाकून माया त्या दगडावर बसणार इतक्यात शेतांतून कुणाचा तरी कर्कश पुकारा तिला ऐकू आला. तिने वळून पाहिले. एक लंगोटीवाला म्हातारा शेतकरी गडबडीने धावत आणि ओरडत येत होता. त्याचे आपल्याकडे काय काम आहे, हे तिला कळेना. आता तो अगदी जवळ आला. तो जोरजोराने हातवारे करीत होता. हा एखादा वेडाबिडा तर नसेल ना, अशी शंका येऊन मायाचे मन थोडेसे चरकले. तिने आजूबाजूला पाहिले. दूर कुठेतरी एक-दोन गुरे हंबरत होती. पण माणूस मात्र – चिटपाखरूसुद्धा दिसत नव्हते कुठे! धापा टाकत तो म्हातारा तिच्याजवळ आला. हाताने तो आपल्याला 'नको, नको' अशासारख्या खुणा करीत आहे, असे आता तिच्या लक्षात आले. पण त्या खुणांचा अर्थ काही केल्या तिला कळेना. धावता-धावता आलेली खोकल्याची उबळ थोडीशी कमी झाल्यावर तो म्हातारा तिला म्हणाला, "या दगडावर बसू नकोस बये!"

"का?" मायेने हसत विचारले. तिच्या मनात आले, या अडाणी शेतकऱ्याचा हा देव असावा. कदाचित तो त्याचा देवचारही असेल. कोकणात भुताखेतांना मुळीच तोटा नाही. हा वेडसर धर्मभोळेपणा –

म्हातारा पुढे काहीच बोलत नाही, असे पाहून मायाला आश्चर्य वाटले. तिचा पांढरपेशा अभिमान जागृत झाला. त्या दगडावरील फुले झाडण्याकरिता तिने हातरुमाल पुढे केला. पण त्या म्हाताऱ्याच्या डोळ्यांकडे पाहताच तिने आपला हात लगेच मागे घेतला.

तो वृद्ध सौम्य मुद्रेने म्हणाला, "बा, हा दगड-माझं पंढरपूर आहे हे, माझा विठोबा – माझी ही पूजा का मोडतोस बाई?"

मायाने सहानुभूतीच्या स्वराने विचारले, "ही पूजेची फुलं तुमची आहेत?"

म्हाताऱ्याने होकारार्थी मान हलविली.

"दररोज तुम्ही ही पूजा करता?"

"हो!"

"फार मोठा देव दिसतोय हा!"

"हं!" डबडबलेल्या डोळ्यांनी म्हातारा अस्फुटपणे उद्‌गारला.

"मग हा देव स्वप्नात येऊन भेटत असेल तुम्हाला!"

"हं!"

"काय सांगतो तो स्वप्नात येऊन?"

"बाबा, माझ्यासाठी रडू नका म्हणून सांगतो, माझे डोळे पुसतो आणि –"

माया चमकून उद्‌गारली, "म्हणजे? इथं... इथं... तुमचा मुलगा – "

मान हलवीत आणि बाहेर फुटू पाहणारा हुंदका मोठ्या कष्टाने आतल्या आत गाळीत म्हातारा म्हणाला, "होय पोरी – तुझ्याच शिणेचा होता तो! पण – पण गांधीबाबानं शेतकऱ्यांचं नि कामकऱ्यांचं राज्य व्हावं म्हणून चार वर्षांपूर्वी लढाई पुकारली ना? त्या लढाईत तो पडला. इथं... इथंच... पोलिसांनी गोळी घातली त्याला!" खाली वाकून तिथली माती हातात घेत तो म्हणाला, "या मातीत माझ्या पोराचं रक्त मिसळलंय!"

आता मात्र त्याला आपले दुःख आवरेना. तो मटकन खाली बसला आणि दोन्ही हातांनी आपले तोंड झाकून स्फुंदू लागला. सदानंद पाहायला आला त्या रात्री उद्विग्न झालेल्या आपल्या वडिलांची मायाला एकदम आठवण झाली. ती चटकन त्याच्याजवळ बसली आणि त्याच्या काळ्याकुट्ट उघड्या पाठीवर सहानुभूतीने ओथंबलेला आपला हात ठेवीत म्हणाली, "बाबा-बाबा –"

म्हाताऱ्याने मान वर करून तिच्याकडे पाहिले. त्याचा आवेग ओसरला. माया झटकन उठली आणि पलीकडच्या बांधावरली पाच-दहा रानफुले लगबगीने आणून तिने ती त्या ओबड-धोबड दगडाला वाहिली. वृद्धाच्या सुरकुतलेल्या चेहऱ्यावर आता स्मित दिसू लागले. त्या समाधीला नमस्कार करून मायाने जेव्हा तिथली माती आपल्या कुंकवावर लावली, तेव्हा तर त्याचे अश्रू कुठल्या कुठे पार पळून गेले.

मोठ्या उत्साहाने जागेवरून उठत तो मायेला म्हणाला, "पोरी, माझा विठोबा मेला नाही. तो जिवंत आहे. तुझ्यासारख्या पोरापोरींच्या मनात तो जागता पहारा करतोय. आता गांधीबाबा सुटलाय. तो शेतकऱ्यांचं राज्य केल्याशिवाय गप्प बसायचा नाही. ते राज्य झाले की मी इथं एक छान देऊळ बांधणार –"

आपल्या शेतात गुरे शिरलेली दिसताच वाक्य अर्धवट टाकून

म्हातारा आला होता तसाच धावत आणि ओरडत निघून गेला.

त्या दिवशी रात्री मायाचा डोळ्याला डोळा लागला नाही. राहून-राहून तिचा हात आपल्या कुंकवाकडे जाई. त्या कुंकवावर तिने लावलेली ती माती – देशासाठी हसत बलिदान करणाऱ्या एका निरक्षर पण शूर शेतकऱ्याच्या रक्ताने रंगलेली ती माती – त्या मातीचा स्पर्श होताच जत्रेत गरगर फिरणाऱ्या पाळण्यांप्रमाणे कितीतरी कल्पना तिच्या मनात पिंगा घालू लागत. त्या म्हाताऱ्या शेतकऱ्याच्या मुलाच्या रक्ताने पवित्र झालेली ती माती – चार वर्षांपूर्वी कोकणातल्या एका खेडेगावातल्या अडाणी, दरिद्री तरुणाने एवढा आत्मयज्ञ करावा –

आणि आपण – आपला सदानंद – आपण त्या वेळी फक्त आपला संसार सावरीत आणि सुधारत बसलो होतो. या काळात सदानंदाने एल.एल.बी. होऊन चांगली नोकरी मिळविली. जगात झटपट वर-वर चढायला मिळावे म्हणून तो रात्रं-दिवस धडपडला, त्याची धडपड यशस्वी व्हावी म्हणून आपण शिक्षिकेचे काम करीत राहिलो. पण... पण... या म्हाताऱ्याच्या पोराला काय संसार नव्हता? त्या तरुण जीवाला काय प्रेमाची तहान नव्हती? कदाचित त्याची विधवा – तो तरुण अडाणी असला तरी त्याचे मन जिवंत होते. त्याचा पराक्रम सदानंदापेक्षा – त्याने हसत प्राणाची कुरवंडी केली. आणि आपण? आपले दुबळे सुखलोलुप मन – आपले बाबा कायदेभंगाच्या चळवळीत होते. आपल्या तात्यांनी न लिहिलेल्या लेखाबद्दल तीन वर्षे सक्तमजुरीची शिक्षा भोगली होती. आणि आपण? आपला सदानंद? एवढी मोठी बेचाळीसची चळवळ झाली, महापूर येऊन गेला; पण तीर्थ म्हणूनसुद्धा त्यातले आपण काही पळीभर पाणी कधी घेतले नाही. आपला पाच वर्षांचा सुखी संसार – शृंगारलेल्या बाहुला-बाहुलीचा संसार झाला तो!

आपल्या मनाला ही विचित्र बधिरता कुठून आली? महारोगात शरीराची संवेदना हळूहळू जाते म्हणे! ज्यांच्या मनाची संवेदनाशक्ती लोप पावते ती माणसेसुद्धा –

माणसाच्या मनालाही महारोग होतात. शरीराच्या महारोगापेक्षा मनाचे महारोगच अधिक भयंकर असतात. इतके दिवस हे आपल्या लक्षात कसे आले नाही? गेल्या दीड-दोन वर्षांत सदानंदाचा आणि

आपला हा रोग फार बळावला. आताच जर त्याच्यावर तीव्र उपचार केले नाहीत तर –

तापलेल्या वाळवंटातून अनवाणी चालावे तसे रात्रभर तिचे मन असल्या विचारांवरून सैरभैर धावत होते. उजाडताच आजच्या मोटारीने गावी परत जायचा आपला बेत तिने मावशीच्या कानांवर घातला. मोटार आपल्या खेड्यापासून तीन मैलांवर थांबते, आधी दोन दिवस गाडी सांगितली म्हणजे पुढची सोईस्कर जागा मिळेल इत्यादी गोष्टी मावशीने तिला खूप समजावून सांगितल्या. पण तिचा हट्ट पाहताच 'या वयात अशी ओढ लागायचीच' असे मनाशी पुटपुटत तिने मुकाट्याने मायाच्या जाण्याची तयारी केली.

गावापासून तीन मैलांवर असलेल्या तिठ्यावर माया मोटारीतल्या मागच्या बाजूच्या गर्दीत कशीबशी बसली. त्या गर्दीतल्या पुरुषांच्या धक्क्यांची आणि माणसांच्या घाणेरड्या वासाची शिसारी येऊन आपण कोण आहोत हे ड्रायव्हरला सांगावे, कापडाच्या रेशनिंगमधल्या एका बड्या अधिकाऱ्याची आपण पत्नी आहोत असे कळले तर लगेच तो आपल्याला चांगली जागा करून देईल, असे तिच्या मनात एक-दोनदा आले. पण तिच्या डाव्या बाजूला एक अगदी तान्हे मूल घेऊन बसलेली कुळवाडी बाई तिने पाहिली. ओली बाळंतीण असावी ती! तिच्या मांडीवरला तो कोवळा जीव त्या गर्दीत नुसता घामाने थबथबून गेला होता. तिच्याकडे पाहताच मायाच्या मनात आलेला तो विचार कुठच्या कुठे पळून गेला.

पुढच्या कंपार्टमेंटमधल्या माणसांच्या बोलण्यातून 'सदानंद', 'कापड', 'लाखाची इस्टेट' असले काही शब्द तिच्या कानांवर येऊ लागले. तिने आपले कान टवकारले. ते तिघे-चौघे बहुधा व्यापारी असावेत. त्यांच्या साऱ्या गप्पा व्यापाराविषयीच चालल्या होत्या. अगदी मनमोकळेपणाने आणि मुक्तकंठाने बोलत होते ते. त्यांतल्या एकाचा आवाज मोठा, खडा होता. त्याचे बहुतेक शब्द मायाला ऐकू येऊ लागले. मध्येच तिच्या कानांवर एक गुजराथी नाव पडले. आपण ज्याच्या बंगल्यात राहतो त्या व्यापाऱ्याचेच ते नाव आहे, हे चटकन तिच्या ध्यानात आले. अगदी जिवाचा कान करून ती ते संभाषण ऐकू लागली. त्या व्यापाऱ्याची नि सदानंदाची मोठी गट्टी आहे, गेल्या दोन वर्षांत

काळाबाजार करून त्या व्यापाऱ्याने तीन-चार लाख रुपये तरी सहज मिळविले असतील, सदानंदाला निदान लाख रुपये तरी त्याने पोचविले असतील, हे जेव्हा तिने स्पष्टपणे ऐकले तेव्हा एखाद्या धुळीच्या वावटळीत सापडून आपण गुदमरून जात आहोत, असे तिला वाटले. आपण एखादे भयंकर स्वप्न तर पाहत नाही ना, असा विचार दुसऱ्याच क्षणी तिच्या मनात आला. तिने डोळे विस्फारून पाहिले. मोटार धावत होती. तिला सदानंदाजवळ नेण्यासाठी क्षणाक्षणाला ती धापा टाकीत पळत होती.

सदानंद – त्याचे ते क्रूर घारे डोळे तिला आठवले. त्याचे ते हिंस्त्र पशूच्या गुरगुरण्यासारखे असलेले घोरणे – लगेच तिचे दुसरे मन म्हणाले, 'हे लोक लुच्चे आहेत. आपल्या हाताचं काळं दुसऱ्याच्या तोंडाला कसं फासावं, ही विद्या काही जगात कुणाला शिकवावी लागत नाही. तुझा सदानंद निष्पाप आहे.'

आपल्या पोटातल्या बाळजीवाचा पिता इतका लोभी, इतका क्रूर, इतका पातकी असू शकेल, हे काही केल्या तिला खरेच वाटेना!

मध्येच मोटार नादुरुस्त होऊन दोन-तीन तासांची खोटी झाली. मायाला तो विलंब फार जाणवला. गाडी सरळ गेली असती, तर ती संध्याकाळी सातला घरी पोचली असती. आता आपणाला घर गाठायला सहज दहा वाजणार या विचाराने ती बेचैन झाली.

गाडी दुरुस्त होऊन वीस-पंचवीस मैल गेली असेल नसेल! एका खेड्यातून खूप धुरळा उठवीत ती पो-पो करीत जात होती. मधेच रस्त्याच्या कडेला खूप गर्दी झालेली तिला दिसली. काय झाले आहे ते पाहण्याकरिता ड्रायव्हरने गाडी थांबविली. तिथून जवळच असलेल्या विहिरीत एका बाईने आपल्या तान्ह्या मुलासह उडी टाकली होती म्हणे! ती प्रेते वर काढली जात होती. बसल्या जागेवरून मायाला त्या आत्महत्येची सारी कहाणी ऐकायला मिळाली. जीव देणारी बाई एका कर्जबाजारी प्राथमिक शिक्षकाची निराधार विधवा होती. नवरा मेल्यानंतर ती बाळंत झाली. चार-सहा महिने तिने जगण्याची धडपड केली, पण घरातली सारी चीजवस्तू नवऱ्याच्या आजारातच सावकाराच्या घरात गेली होती. कष्ट करून ती जे मिळवी ते पोराच्या दुधालासुद्धा पुरत नसे. हळूहळू लाज झाकायलासुद्धा वस्त्र नाही अशी तिची स्थिती झाली.

शेवटी तिने वैतागून पोरासकट विहिरीचा आश्रय केला.

प्रेते वर आली.

माणसाचे कुतूहल किती विकृत असते, मोटारीतली सर्व मंडळी ती प्रेते पाहायला धावली. घामाने थबथबलेले तान्हे मूल घेऊन ती कुळवाडीबाईसुद्धा घाईघाईने खाली उतरली. माया प्रथम आपल्या जागेवरून उठली नव्हती. मग तिलाही राहवेना. गर्दीतून वाट काढीत ती पुढे झाली. विहिरीच्या कडेला लाकडासारखी पडलेली ती तरुण स्त्री – तिने दोन्ही हातांनी घट्ट धरलेले ते मूल – जणूकाही ते पाजायलाच घेतले होते तिने! तिचे ते टीचभर जुनेरं – त्यातून उघडा पडलेला तिचा तो शुष्क स्तन – हे दृश्य पाहून मायाचे अंग शहारून गेले. आपला तोल कसाबसा सावरीत ती मोटारीत जाऊन बसली.

मोटार वेगाने धावू लागली. कंपार्टमेंटमधल्या व्यापाऱ्यांच्या आता त्या प्रेतांविषयीच्या गप्पागोष्टी सुरू झाल्या. हे दोन खून आहेत. सदानंदासारखे स्वार्थी अधिकारी आणि त्यांचे दोस्त असलेले ठिकठिकाणचे लोभी व्यापारी यांच्यावर या खुनाची जबाबदारी आहे, असे ते जोरजोराने म्हणत होते.

मायाचे मन त्यांचा तो कठोर निर्णय मान्य करायला प्रथम तयार होईना, पण लगेच कालच्या त्या म्हाताऱ्या शेतकऱ्याचे शब्द तिला आठवले, 'तुझ्यासारख्या पोरापोरींच्या मनावर माझ्या विठोबाचा जागता पहारा आहे!'

देशासाठी प्राण देणाऱ्या अडाणी विठोबाच्या दृष्टीने ती या घटनेकडे पाहू लागली. त्या निष्पाप आईच्या आणि मुलाच्या हत्येची जबाबदारी, पर्यायाने का होईना, सदानंदावर थोडी ना थोडी तरी पडते हे तिला पटले.

अंधार केव्हाच पडला होता. मोटार एखाद्या नागिणीप्रमाणे सरसर सरपटत होती. मधूनच पानांचा सळसळ असा आवाज होई. तान्ह्या मुलाला घेऊन त्या दुर्दैवी आईचे भूत आपल्या मागून पालापाचोळ्यावरून धावत येत नाही ना, अशी शंका मायाच्या मनात कितीदातरी येऊन गेली.

मोटार-स्टँडवरून टांगा करून ती अकरा वाजण्याच्या सुमाराला आपल्या बंगल्याकडे आली. पलीकडच्या राधाकृष्णाच्या मंदिरात कुणाचे तरी कीर्तन चालले होते. आपल्या बंगल्यातही दिव्यांचा लखलखाट

दिसत आहे हे पाहून तिला आश्चर्य वाटले. गड्याने दार उघडताच तिच्या कानांवर मादक संगीताचे सूर पडले. माडीवर गाण्याची बैठक चालली होती.

मायाचे केस धुळीने भरले होते. दिवसभराच्या उपवासाने तिचा चेहरा उतरून गेला होता.

पण सदानंदाच्या पापाच्या जाणिवेने तिच्या मनावर मोठा ताण पडला होता. ती तशीच वर गेली.

बाहेरच्या दिवाणखान्यात कुणीतरी गायिका गात होती, 'अखिया मिलाये पिया फरमाये, चले नहि जाना – ओ ऽऽऽ चले नहि जाना' बाहेर चाललेल्या हसण्या-खिदळण्यावरून श्रोते अगदी रंगात आले असावेत असे दिसले. त्या खळखळाटातून सदानंदाचे हास्य तिच्या कानांनी शोधून काढले. तिला ते राक्षसाचे क्रूर हास्य वाटले.

तो बंगला, त्यातली प्रत्येक मूल्यवान वस्तू, बाहेर चाललेला तो उन्मादक नाचरंग – या सर्व गोष्टी पापाने लडबडलेल्या आहेत, इथे आपण घेतलेल्या उपभोगाचा प्रत्येक क्षण नि क्षण असंख्य निरपराधी जीवांच्या रक्ताने माखलेला आहे, असे काहीतरी मनात येऊन माया कावरीबावरी झाली. त्या दीनदुबळ्यांच्या खुनाचा सूड घ्यायची इच्छा तिच्या मनात प्रबळ होऊ लागली. शय्यागृहातल्या तात्यांच्या आणि वडिलांच्या फोटोपुढे जाऊन ती उभी राहिली. तिच्या तोंडातून अस्फुट कापरे शब्द बाहेर पडले, 'काय करू मी तात्या? काय करू मी बाबा? मी एका शूर पित्याची मुलगी आहे. एक सज्जन गुरूची –'

तिच्या मनात आले, नवी स्त्री निर्माण करण्याचा तात्यांनी आपल्या कादंबऱ्यांत प्रयत्न केला, पण अजून खरी नवी स्त्री जन्माला आलेलीच नाही. केवळ पुरुषाशी स्पर्धा करून स्त्री नवी होणार नाही, ती नवे सुखी जग निर्माण करू शकणार नाही. पुरुषाच्या आत्म्याचा विकास करणे, त्याच्या अंध पराक्रमाला डोळस वळण लावणे, त्याच्या उपभोगाच्या इच्छेला सामाजिक दृष्टी देणे नव्या स्त्रीचे खरेखुरे कर्तव्य आहे. ते जोपर्यंत तिच्या हातून पार पडत नाही तोपर्यंत ती कितीही शिकली, बडबडली, नटली आणि नाचली तरी एक शृंगारलेली बाहुली एवढीच तिची जगात किंमत राहील.

माया त्वेषाने बाहेरच्या दिवाणखान्यात जाऊन उभी राहिली. ती

संतापाने थरथर कापत होती. तिचा तो अवतार पाहताच गाणारी बाई गाता गाता एकदम थांबली. सदानंद डोळे फाडून 'माया' म्हणून कर्कश स्वराने ओरडला. बाकीचे सारे तिघे तिच्याकडे टकमक पाहू लागले. त्यांत बंगल्याचा मालक असलेला तो गुजराथी व्यापारी होता, सदानंदाकडे नेहमी येणारा दुसरा एक ब्राह्मण कापड दुकानदार होता आणि तिसरा – बहुधा मुंबईचा कुणीतरी धनाढ्य मारवाडी असावा तो.

माया ओरडली, "तुमचा हा तमाशा बंद करा. चला चालते व्हा सारे इथनं! तुम्ही खुनी आहात, गुन्हेगार आहात, तुम्ही माणसं नाही – भुतं आहात, प्रेताच्या टाळूवरलं लोणी खाऊन –"

मायाला वेडबिड तर लागलं नाही ना, असा विचार मनात येऊन सदानंद लगबगीने पुढे झाला. तिला आत नेण्याकरिता त्याने तिचा हात धरला. लगेच तो हात त्वेषाने झिडकारून ती उद्‌गारली, "दूर व्हा! स्पर्श करू नका मला. गोरगरिबांना छळून-पिळून इथं चैन करीत बसलाय तुम्ही! मनाचा महारोग झालेल्या तुमच्यासारख्या माणसांच्या घरात पाणीसुद्धा पिऊ नये कुणी!"

हातांतल्या मोत्यांच्या बांगड्या भरभर काढून मायानं त्या सदानंदाच्या अंगावर भिरकावून दिल्या. तिच्या अंगात जणूकाही महाकाली संचारली होती. ताडताड करीत जिना उतरून ती खाली आली.

सदानंदाने तिला बंगल्याच्या दारात गाठले. आपला सारा संताप गिळून तो म्हणाला, "माया, अशी अंधारात अपरात्री कुठं चाललीस? जरा विचार कर. तुझे महिने भरत आले आहेत. काहीतरी भलतं वेड डोक्यात घेऊ नकोस. वेडे, ज्याला तू पाप म्हणतेस त्याच्या मदतीशिवाय जगात कुणाला कधी पैसा मिळतो का? पाप केवढंही मोठं असलं तरी आजच्या जगात पैशानं ते सहज धुऊन काढता येतं. उद्या तुला होणाऱ्या बाळाचा विचार कर. त्याला काय भिकारी बनवणार आहेस तू?"

मायाचे एक पाऊल दाराच्या उंबऱ्याबाहेर होते. दुसरे आत होते. पोटातल्या बाळजीवाचे आणि त्याच्या भविष्याचे चित्र डोळ्यांपुढे उभे राहताच तिचे मन घुटमळले. तिची पावले जागच्या जागी थबकली. बाहेर टाकलेले पाऊल आत घ्यावे, असा विचार तिच्या मनात आला.

सदानंदाने तिच्या खांद्यावर हात ठेवून लाडकेपणाने गोड हाक मारली, "माया –"

त्या चिरपरिचित स्पर्शाने, लाख वेळा ऐकूनही प्रत्येक वेळी नव्या वाटणाऱ्या त्या हाकेने मायाच्या अंगावर नकळत रोमांच उभे राहिले. जणूकाही त्या क्षणिक स्पर्शात गेल्या पाच वर्षांत साकार झालेली तिची प्रीतीची सर्व स्वप्ने अवतरली होती.

तिने आपल्या पतीकडे वळून पाहिले. त्याच्या गळ्याला मिठी मारावी आणि त्याच्या कुशीत डोके खुपसून आपल्या हृदयाचा हा सारा विचित्र भार हलका करावा असे तिला क्षणभर वाटले. पण लगेच प्रवासात पाहिलेल्या त्या अर्धनग्न बाईची ती भेसूर मुद्रा तिला दिसू लागली. तिचा तो उघडा पडलेला शुष्क स्तन –

एकदम ते भेसूर प्रेत बोलू लागले. सदानंदाकडे बोट दाखवून ते म्हणाले, 'यानं – या मांगानं आपलं उखळ पांढरं व्हावं म्हणून कापडाचा चोरटा बाजार चालविला. त्या नीचानं माझी अब्रू घेतली. याच्यासारख्या चांडाळांनी माझा प्राण घेतला. या राक्षसाच्या भाऊबंदांनी माझ्या बाळाला विहिरीत बुडविलं!'

माया एखाद्या पुतळ्यासारखी उभी होती. सदानंदाला वाटले, आपण जिंकली. आणखी थोडी मनधरणी केली की –

त्याने लाडकेपणाने मायाच्या हनुवटीला हात लावण्याचा प्रयत्न केला.

माया हलली नाही, चालली नाही, बोलली नाही.

माडीवरून मघाचे गाण्याचे ते शब्द पुन्हा ऐकू येऊ लागले – 'अखिया मिलाये, पिया फरमाये, चले नहि जाना!'

इतक्यात राधाकृष्णाच्या मंदिरातून कीर्तनकाराचे शब्द ऐकू येऊ लागले – 'अंतरिचा ज्ञानदिवा मालवूं नको रे!'

मायाने बंगल्याकडे पाहिले. विजेच्या दिव्यांचा लखलखाट – शृंगारिक गाण्याचे मोहक सूर – विलास आणि वैभव यांचे मधुर हास्य –

तिने वळून बाहेर पाहिले. अंधार-नुसता काळाकुट्ट अंधार! पण त्या अंधारात तिचे बाबा दिसत होते. तिथे तात्या हसत होते. तिथे दुपारचे ते मृत बालक जिवंत होऊन 'आई, आई!' म्हणून हाका मारीत होते. राधाकृष्ण एकमेकांच्या सुरांत सूर मिसळून गात होते – अंतरिचा

ज्ञानदिवा मालवूं नको रे!

मायाने उंबऱ्याच्या आतले पाऊल वेगाने उचलले. मागे वळूनसुद्धा न पाहता बाहेरच्या अंधारात ती अदृश्य झाली.

१९४८

◆

भूमिका

गेल्या नोव्हेंबर-डिसेंबरमधील गोष्ट. प्राज्ञ परीक्षेची तयारी करणाऱ्या दोन विद्यार्थिनी 'महाराष्ट्र शारदा' या काव्यसंग्रहातील काही शंका मला विचारीत होत्या. केशवसुतांच्या 'प्रतिभे'पाशी त्यांनी अडखळावे, हे मला स्वाभाविकच वाटले. त्या कवितेतील कल्पनाविलास ढगांतून संचार करणाऱ्या विमानाप्रमाणे मनोहर व किंचित अदभुतरम्य असला तरी तिची रचना थोडीफार क्लिष्टच आहे. फणस पिका असला तरी तो कापावा तेव्हाच त्यातील गऱ्यांचा सुगंध आणि गोडी याची खरी कल्पना आपल्याला येते. 'प्रतिभे'सारख्या कविताही याच वर्गात मोडतात. 'महाराष्ट्र शारदे'तील इतर अनेक संस्कृतप्रचुर कवितांतही त्या विद्यार्थिनी मधून-मधून ठेचकाळतच होत्या. त्याचेही मला विशेष नवल वाटले नाही. कुठल्याही म्युनिसिपालिटीच्या ताब्यातील रस्त्याप्रमाणेच असली काव्ये असतात. मधूनमधून लहानसहान अणकुचीदार दगड वर डोके काढून बसल्याशिवाय त्या रस्त्यांना जशी शोभा येत नाही, तसे आपल्या कवितांत कठीण शब्द व क्लिष्ट समास यांची पेरणी केल्यावाचून कवीला आपण काव्य केले असे वाटत नाही.

त्या मुलींच्या शंका संपल्या असे वाटून मी उठणार इतक्यात त्या म्हणाल्या, "आणखी एकच कविता हं!" आता कोणत्या प्रकारच्या कविराजाशी आपल्याला टक्कर द्यावी लागणार याचा कुतूहलाने विचार करीत मी खाली बसलो. त्या मुलींनी मला पृष्ठांक सांगितला. मी ते पान उघडून कवितेकडे पाहिले मात्र! मी एकदम बोलून गेलो, "अगदी सोपी कविता आहे ही! अडण्यासारखं काय आहे हिच्यात?"

ती विनायक कवीची 'फुललिं फुलें, त्यायोगें उपवन खुललें' या

गोड ओळींनी प्रारंभ होणारी एक चिमुकली सुंदर कविता होती. मनोरंजनाच्या फार जुन्या अंकात बारीक टाइपात छापलेली ही चिमुकली कविता मी कॉलेजात गेलो त्या वर्षी प्रथम वाचली होती. तिच्यात काहीतरी विशेष आकर्षकता आहे असे त्या वेळीसुद्धा मला वाटले होते. पुढे विनायकाच्या काव्यसंग्रहाचे रसिक प्रस्तावनाकार प्रि. वासुदेवराव पटवर्धन यांनी कवीच्या प्रतिभेचा एक मनोहर विलास म्हणून जो उल्लेख केला तोही मला यथार्थ वाटला होता. या कवितेची रचना इतकी प्रसादपूर्ण आहे आणि तिच्यात रेखाटलेले चित्र इतके परिणामकारक आहे की –

मी त्या सुरस कवितेचा अर्थ अगदी बालबोध मराठीत त्या मुलींना सांगितला. पण त्या मुलींच्या मुद्रांवर समाधानाचा आनंद काही दृग्गोचर झाला नाही. मी विचार करू लागलो. नुसत्या स्पर्शज्ञानाने हत्तीची कल्पना करणाऱ्या अंधळ्यांच्या मतांत दोन ध्रुवांचे अंतर पडावे हे स्वाभाविकच आहे. पण डोळस माणसांच्या वर्णनांतही तसेच अंतर पडू लागले तर? एकदम एक कल्पना माझ्या मनात येऊन गेली – या कवितेची मध्यवर्ती कल्पनाच या मुलींना पटली नसावी. त्या कल्पनेवर पिढ्यान् पिढ्या अनेक कवींनी सुंदर काव्यमंदिरे उभारली होती आणि रसिकांनी त्यांची स्तुतिस्तोत्रेही गायिली होती. पण १९४३ च्या या मुलींना ती कल्पना म्हणजे एक मोहक पण भ्रामक कविसंकेत आहे असे वाटत असले तर? भाव तिथे देव हे जितके खरे, तितकेच जसा भाव तसे काव्य हेही सत्य आहे.

या नव्या दृष्टीने मी ती कविता पुन्हा वाचली. परंपरागत रूढी आणि कायदे यांच्याप्रमाणे कविसंकेतही अगदी आपल्या रक्तात कसे भिनून गेलेले असतात, हे पाहून मला मोठे आश्चर्य वाटले. त्या कवितेचे सौंदर्य मला अजूनही मोह घालीत होते. पण हृदय हालवून सोडण्याचे तिचे सामर्थ्य – ते मात्र या नवीन दृष्टीने एका क्षणात नाहीसे करून टाकले.

या चिमण्या कवितेचा सर्वसाधारण आशय एवढाच आहे – एका रम्य उद्यानात एक स्त्री सहज फिरायला येते. एका सुंदर फुलाकडे तिचे लक्ष वेधले जाते. त्याचे कौतुक करण्यात अगदी दंग होऊन जाते ती! इतक्यात तेथे एक पुरुष येतो, तोही ते फूल पाहतो. त्यालाही ते फार फार आवडते. पण तो ते लगेच तोडून त्याचा वास घेतो आणि वास

घेऊन होताच ते चुरगळून फेकून देऊन तो तेथून निघून जातो. बिचारी स्त्री हे सारे मुकाट्याने पाहत असते. तिच्या डोळ्यांतून अश्रू ठिबकू लागतात.

या चित्रणातील कोमलता आणि सूचकता मला नेहमीच मोठी सुंदर वाटत आली होती. पण आता माझ्यापुढे एक विचित्र प्रश्न येऊन पडला. केवळ सौंदर्याने एखादी कलाकृती परिणामकारक ठरते काय? छे! त्या सौंदर्याला सत्याची जोड हवीच हवी! कल्पकतापूर्ण चमत्कृतीचा उत्कट आणि व्यापक अनुभूतीशी ज्यात संगम होतो तेच खरे वाङ्मय. विनायकाच्या या कवितेतील अनुभव मागच्या पिढीच्या वाचकांना खरा वाटला असेल, पण आजच्या पिढीला तो –

आयुष्यभर स्त्री कोमल भावनांची पूजा करीत राहते, उलट पुरुष पराक्रमाच्या नादात कठोर होऊन जातो अशी जी जुन्या काळची सर्वसामान्य समजूत, तिचेच या कवितेत कलापूर्ण प्रतिबिंब पडले आहे. पण ही समजूत हे सनातन सत्य आहे, परिस्थितीने उत्पन्न केलेले अर्धसत्य आहे की सत्याभास निर्माण करणारा तो एक रम्य कविसंकेत आहे?

स्त्री आणि पुरुष यांच्या मनात खरोखरच दोन ध्रुवांचे अंतर आहे का? निसर्गाने पुरुषाला घडविताना वज्राच्या कठोरपणाशिवाय दुसरे काहीच वापरले नाही आणि स्त्री निर्माण करताना कुसुमाच्या कोमलपणाखेरीज दुसऱ्या कशालाही हात लावला नाही, ही सौंदर्यवेड्या कवीची मधुर कल्पना आहे का मानवजातीच्या वाट्याला आलेले ते एक अनुभवसिद्ध कटू सत्य आहे?

वैचित्र्यपूर्ण मानवी जीवनाचे आणि स्वभावाचे प्रतिबिंब ज्याच्या सुंदर कलाकृतींत पडलेले आहे, अशा आजपर्यंत होऊन गेलेल्या प्रतिभावान कविलेखकांचे जागतिक संमेलन भरविले तरीसुद्धा या प्रश्नाचे निश्चित उत्तर मिळेल की नाही याची शंकाच आहे. गडकरी विनोदपंडित असूनही गंभीरपणाने उद्गारतील, 'पुरुष परमेश्वराची कीर्ती आहे; पण स्त्री ही परमेश्वराची मूर्ती आहे!' उलट मोलियर गडकऱ्यांकडे पाहून मिश्किलपणाने हसत आपली एक आठवण सांगू लागेल. त्याच्या वेळी काही काही राज्यांत चौदा वर्षांच्या राजपुत्रांनासुद्धा सिंहासनारूढ होता येत असे; मात्र अठरा वर्षे झाल्याशिवाय त्यांना लग्न करता येत नसे.

असा फरक करण्याचे कारण काय असा कोणीतरी मोलियरला प्रश्न केला. त्याने तत्काळ उत्तर दिले, 'राज्य ताब्यात ठेवण्यापेक्षा बायको ताब्यात ठेवणे हे अधिक कठीण काम आहे.' (It is more difficult to rule a wife than a kingdom) शेक्सपीयरने विविध कथानकांच्या अनुषंगाने स्त्रियांची पुष्कळ स्तुति-निंदा केली असली तरी त्याचे अतिशय सुटसुटीत व म्हणूनच जगप्रसिद्ध असे चार शब्दांचे जे वाक्य आहे ते स्त्रीजातीची उघडउघड बदनामी करणारे आहे. स्त्री ही चंचलपणाची प्रतिमाच आहे असे तो म्हणतो (Frailty, thy name is woman). पण स्त्रियांविषयी इतके अनुदारपणाचे उद्‌गार काढणाऱ्या शेक्सपीयरशी काव्यप्रतिभेच्या दृष्टीने तुल्यबळ असलेल्या कालिदासाकडे पाहावे तर तो स्त्रीजातीची स्तुतिसुमनांनी पूजा करण्यात गुंग होऊन गेलेला दिसेल. 'गृहिणी सचिव: सखी मिथ: प्रियशिष्या ललिते कलाविधौ' हा कविकुलगुरूचा चरण नुसत्या कल्पनारम्यत्वामुळे पिढ्यान् पिढ्या लोकांच्या जिव्हाग्रावर नाचत राहिला नसता. तो हृदयगम्य आहे, त्यात सूचित केलेले सत्य प्रत्येक पुरुषाच्या प्रत्ययाला केव्हा ना केव्हातरी येतेच आणि म्हणूनच ध्रुवताऱ्याप्रमाणे अढळ असणाऱ्या सुभाषितांत अगदी अग्रभागी त्याची गणना झाली आहे. मात्र मोहक रमणी आणि चतुर ग्रहिणी, पोक्त सल्लागार आणि अल्लड शिष्या या भूमिका एकाच वेळी तन्मयतेने पार पाडणाऱ्या स्त्रीचे कालिदासाने कितीही कौतुक केले असले तरी जगातील अनेक कवींनी आपला अनुभव अगदीच निराळा असल्याची ठिकठिकाणी कबुली दिली आहे हे विसरून चालणार नाही. एक पारशी कवी म्हणतो, 'जगाच्या प्रारंभी अल्लाने एक गुलाब, एक कमळ, एक कबुतर, एक साप, थोडा मध आणि मूठभर माती एवढ्या गोष्टी एकत्रित करून त्या मिश्रणाकडे पाहिले मात्र! अरे बाप रे! जगातली पहिली स्त्री तेथे निर्माण झाली होती.'

स्त्रियांविषयी असले काव्यमय अथवा विनोदी, गंभीर अगर मिश्किल उद्‌गार शेकडो लेखकांनी काढले आहेत. वाङ्‌मयनिर्मितीच्या क्षेत्रात प्राचीन काळी स्त्रिया फारशा वावरत नसल्यामुळे पुरुषाविषयीचे त्यांचे लेखी जबाब विपुल प्रमाणात आढळत नाहीत हे खरे, पण पुरुषाच्या भ्रमरवृत्तीचा अवास्तव डांगोरा पिढ्यान् पिढ्या त्याच पिटीत आल्या आहेत हे काही खोटे नाही. 'साप म्हणू नये धाकला नि नवरा म्हणू नये

आपला' या मार्मिक लौकिक म्हणीचा उगम स्त्री-मनातच झाला असला पाहिजे हे उघड आहे. अशा प्रकारच्या उद्गारांत सत्याचा अंशसुद्धा नसतो असे पुरुष तरी कोणत्या तोंडाने म्हणणार? फ्रान्सचा प्रसिद्ध मुत्सद्दी क्लेमेंको या नरव्याघ्र म्हणून गाजलेल्या गृहस्थाची एक गोष्ट सुप्रसिद्धच आहे. आपल्या ऐंशीव्या वाढदिवशी तो एका स्नेह्याबरोबर बागेत फिरायला गेला होता. एक देखणी मुलगी सहज अंगावरून गेली. लगेच क्लेमेंको उद्गारला, 'पुन्हा सत्तर वर्षांचा होण्यात केवढी मौज आहे!'

स्त्री अथवा पुरुष यांची काव्य आणि कथा यांच्या अनुरोधाने अशी जी स्तुतिनिंदा होते, तिचे स्वरूप एकांगी असावे यात नवल नाही. पण स्त्री-पुरुषांचे परस्परांविषयीचे आकर्षण व विवाहामुळे त्याला येणारे स्थैर्य यांच्याविषयीचे विविध व्यक्तींचे उद्गार वाचू लागले तरीदेखील मतवैचित्र्याचा हाच विलक्षण अनुभव पदोपदी येतो. गटे म्हणतो, 'लग्नामुळे मनुष्याच्या आयुष्यात इतके सुख निर्माण होते की, चुकून त्याच्या जीवनात दुःखाने प्रवेश केला तरी सुखाचे पारडे नेहमी खालीच राहते.' गटेच्या या सुखस्वप्नात गुंगत गुंगत लघुनिबंधाचा जनक माँटेन याच्याकडे वळले की आश्चर्याचा धक्का बसल्यावाचून राहत नाही. चिमणी जशी कोठेही पडलेला दाणा टिपून घेते, त्याप्रमाणे लघुनिबंधकार जीवनातील बारीकसारीक सुखे वेचून ती रंगवून दाखविण्यात निपुण असतो अशी आपली समजूत आहे. पण माँटेन विवाहाविषयी म्हणतो, 'संसार सुखाचा व्हायचा असेल तर दांपत्यापैकी नवरा बहिरा नि बायको अंधळी असेल तरच ते शक्य आहे!' सिडने स्मिथचे उद्गार इतके मर्मभेदक नसले तरी अधिक मार्मिक आहेत. तो म्हणतो, 'लग्न ही एक कात्री आहे. पतिपत्नी ही त्या कात्रीची दोन पाती. ही पाती अनेकदा परस्परविरुद्ध दिशेने हालचाल करीत असली तरी त्यांची ताटातूट होऊ शकत नाही. उलट त्यांच्यामध्ये येण्याचे धाडस करणाराच्या मात्र चिंधड्या उडाल्याशिवाय राहणार नाहीत!'

सिडने स्मिथच्या या वर्णनात विनोदाइतकेच सामान्य मनुष्याच्या संसारविषयक अनुभवाचे प्रतिबिंब पडले असले तरी तो काही मोठा तत्त्वज्ञ म्हणून प्रख्यात नाही. अशी प्रसिद्धी पावलेल्या 'नीत्शे' चे उद्गार पाहा – 'स्त्री पुरुषाला नेहमीच बिलगते. पण तिचे खरे प्रेम काही

पुरुषावर नसते. पुरुष हे तिच्या फक्त सुखाचे साधन आहे. तिचे साध्य? अपत्य हेच तिचे साध्य असते. बरे, पुरुष स्त्रीवर लुब्ध होतो तो काय प्रेमामुळे? छे! पुरुषाला आयुष्यात दोनच गोष्टी मुख्यत: हव्या असतात – साहस आणि क्रीडा. या नसतील तर त्याला आयुष्य अगदी अळणी वाटेल. आपल्या या दोन्ही आवडत्या गोष्टींचा मिलाफ त्याला स्त्रीमध्ये आढळतो. पुरुषाला खेळायला एक भयंकर खेळणे हवे असते व ते स्त्रीच्या रूपाने त्याला नेहमी मिळते!'

स्त्री हे पुरुषाचे सुंदर म्हणा अथवा भयंकर म्हणा, खेळणे आहे ही कल्पनाच विसाव्या शतकातील मनुष्याला किती चमत्कारिक वाटते! जिच्या मांडीवर झोके घेत घेत मुलाच्या जीवनकलिकेचा विकास होतो आणि प्रसंगी त्याच्या भावी मोठेपणाच्या संस्कारांचेही बीजारोपण केले जाते ती आई हे एक खेळणे आहे? छे! जिच्या प्रेमळ धीरावर पुरुष आयुष्यातील अनेक संकटांना हसतखेळत टक्कर देतो, जिच्या आधारावर असामान्य असे काहीतरी करण्याची ईर्ष्या बाळगतो, आणि जीवनसंग्रामात वारंवार होणाऱ्या जखमा जिच्या स्पर्शाच्या संजीवनीनेच त्याला सुसह्य वाटतात ती पत्नी हे एक भयंकर खेळणे आहे? अशक्य! आपल्या अपूर्ण महत्त्वाकांक्षा पूर्ण करण्याकरिताच हिचा अवतार आहे या भावनेने पिता जिच्या उज्ज्वल भविष्याकडे पाहत असतो ती कन्या हे काय एक निव्वळ सुंदर खेळणे आहे? असल्या विधानांवर कोण विश्वास ठेवील? पतीच्या पावलावर पाऊल ठेवून हसतमुखाने वनवास स्वीकारणाऱ्या सीतेपासून पतीच्या हातांत हात घालून आनंदाने बंदिवासात जाणाऱ्या आणि तेथे मृत्यूचे स्वागत करणाऱ्या कस्तुरबापर्यंतच्या सतींना जग विसरेल तेव्हाच असल्या स्त्रीविषयक अर्धवट सत्यात अर्थ आहे असे त्याला वाटू लागेल. पतिप्रेमासाठी पेटलेल्या यज्ञकुंडात उडी घेणारी पार्वती, आपल्या हक्कासाठी रणांगणावर बिजलीप्रमाणे तळपणारी झाशीची लक्ष्मीबाई आणि देशभक्तीच्या पायी दुबळ्या प्रकृतीची पर्वा न करता प्रासादतुल्य घरातून तुरुंगाच्या कोठडीत जाऊन बसणारी कमला नेहरू यांची मानधन आणि तेजस्वी चरित्रचित्रे पाहिल्यावर 'स्त्री हे खेळणे आहे' असे म्हणण्याची कोणाची छाती होईल? उलट विस्मयाने आणि आदराने प्रत्येक मनुष्य स्वत:शीच म्हणेल, 'स्त्री ही देवता आहे.'

पण स्त्री ही देवता आहे हेसुद्धा एक अर्धसत्यच आहे. ते दिसायला

सुंदर आहे, ऐकायला गोड आहे ही गोष्ट निराळी. पण अनेक अर्धसत्ये कवंडळासारखी असता. दिसायला अत्यंत मोहक पण आत विलक्षण विषारी. स्त्री ही देवता आहे असे म्हणणाऱ्या पहिल्या पुरुषाने – मग तो कवी असो अथवा शास्त्रकार असो – तिच्यावर अतिशय मोठा अन्याय केला यात संशय नाही. देवपणामुळे व्यक्तीला पूजेचा अधिकार प्राप्त होतो हे खरे. पण ही पूजा करताना पुजारी नेहमी आपल्या स्वार्थाकडेच लक्ष देत असतो हे विसरून चालणार नाही. देवाला नैवेद्य दाखविल्याशिवाय तो तोंडात पाणीही घालीत नाही हे खरे असले तरी, तो सारा नैवेद्य आपल्याच पोटात जाणार आहे अशी खात्री त्याला असते म्हणूनच तो भक्तिभावाचे हे प्रदर्शन करू शकतो. पुजारी देवाला नटवील-थटवील, त्याची काकड आरती-शेजारती करील, पालखीतून त्याच्या मूल्यवान मूर्तीची मिरवणूक काढील, त्याच्यापुढे हात जोडून डोळे मिटून घटकान् घटका त्याची प्रार्थनाही करील; पण पंचपक्वान्नांच्या नैवेद्यातून आपला देव अन्नाच्या कणालाही शिवणार नाही, अंगावर घातलेल्या हिरे-मोत्यांच्या दागिन्यांपैकी एकही तो लपवून ठेवणार नाही किंवा हरवणार नाही आणि नवस करण्याकरिता अथवा फेडण्याकरिता आलेल्या धनिकांना 'मी शुद्ध दगड आहे, मी नवसाला पावत नाही!' हे सत्य तोंड उघडून तो कधीही सांगणार नाही याची मनोमन जाणीव असल्यामुळेच पुजारी देवाचे देवपण आनंदाने मान्य करीत असतो; इतकेच नव्हे, तर हे देवस्थान जागृत आहे म्हणून त्याचा डंका पिटू लागतो.

स्त्रीच्या देवतापदाच्या इतिहासाची कथा याहून फारशी भिन्न नाही. 'यत्र नार्यस्तु पूज्यन्ते रमन्ते तत्र देवताः' हा सुंदर चरण लिहिणाऱ्या शास्त्रकाराची, आपण चिरंतन सामाजिक कल्याणाला आवश्यक असे एक सुंदर सत्य सांगत आहोत, अशी श्रद्धा असती तर 'पिता रक्षति कौमारे भर्ता रक्षति यौवने। स्थविरे रक्षन्ति पुत्रा न स्त्री स्वातंत्र्यमर्हति' हा श्लोक लिहिताना त्याची लेखणी थोडीतरी गोंधळली असती, क्षणभर तरी अडखळली असती. पण तसे घडले नाही. स्त्री ही प्राचीन पंडितांच्या दृष्टीने देवता खरी! पण ती दुबळी देवता आहे, तिचे संरक्षण कुणी ना कुणी पुरुषाने केलेच पाहिजे, या कल्पनेवर जुन्या समाजशास्त्रज्ञांची ईश्वराच्या अस्तित्वाइतकीच श्रद्धा होती. अगदी रानटी काळात – ज्या

वेळी मनुष्यप्राणी गुहेत राहत होता, अरण्यांतील फळांवर किंवा रानावनांत मिळणाऱ्या प्राण्यांच्या मांसावर आपली उपजीविका करीत होता त्या वेळी पुरुष आणि स्त्री यांच्या जीवनात विषमतेचा प्रवेश मोठ्या प्रमाणात होणेच शक्य नव्हते. त्या काळात स्त्रीही पुरुषाप्रमाणे जिवावर उदार होऊन शिकार करीत होती आणि त्याच्या खांद्याला खांदा लावून निसर्गाशी झुंजत होती आणि त्याच्या हातात हात नि गळ्यात गळा घालून निसर्गप्रेरित प्रीतीची देवाण-घेवाण करीत होती. मात्र अशा स्थितीतसुद्धा स्त्रीविषयी पुरुषाच्या अंतर्मनात एक प्रकारचा गूढ आदर व एक प्रकारची सूक्ष्म करुणा या भावना लवकरच निर्माण होणे अपरिहार्य होते. उपजीविकेतील सहकारिणी आणि उपभोगातील सहचारिणी या दृष्टीने स्त्रीकडे पाहणाऱ्या पुरुषाची वृत्ती तिला प्रथमत: मातृपद प्राप्त झाले तेव्हा किती विचित्र झाली असेल! तिच्या प्रसूतिवेदना पाहून ओठ कितीही घट्ट आवळून धरले तरी तिच्या तोंडातून निघणारे असहायतेचे आणि दु:खाचे आर्त स्वर ऐकून त्याच्या अंत:करणात केवढी कालवाकालव झाली असेल! कोठली तरी अतर्क्य विचित्र शक्ती – कदाचित एखादे भूतपिशाच आपल्या जीवाभावाच्या मैत्रिणीला छळत आहे, ती शक्ती तिला एकदम उचलून घेऊन अदृश्य होण्याचाही संभव आहे या दारुण शंकेने त्याचे मन किती व्याकूळ होऊन गेले असेल! तिच्या वेदना आपल्याला लवमात्रही कमी करता येत नाहीत म्हणून तो मनातल्या मनात स्वत:वर किती चडफडला असेल! कदाचित आकाशाकडे हात जोडून भावनापूर्ण हृदयाने आपल्या मैत्रिणीला लवकर आराम पडावा म्हणून त्याने कोठल्या तरी अज्ञात देवाची प्रार्थनाही केली असेल; मात्र स्त्री प्रसूत होऊन 'ट्यांहा ट्यांहा' करीत जगात एक चिमणा जीव आलेला पाहताच त्याच्या भीतीचे अद्‌भुतरम्य आनंदात रूपांतर झाले असेल, आणि स्वत:पेक्षाही त्या चिमुकल्या जीवाचे अधिक कौतुक करणाऱ्या स्त्रीकडे पाहून त्याच्या मनात आश्चर्ययुक्त आदराची नवीन भावनाही निर्माण झाली असेल.

पण त्याबरोबरच जीवनात घडून आलेल्या या नव्या स्थित्यंतराने स्त्री आपल्यापेक्षा दुबळी आहे ही जाणीवही त्याच्या मनात तीव्रतेने उत्पन्न केली यात शंका नाही. प्रसूतीनंतर थोडे दिवस तरी आपली मैत्रीण शिकारीत पूर्वीइतके शौर्य प्रकट करू शकत नाही, श्वापदाचा

आवाज ऐकल्याबरोबर तीर-कमठा घेऊन गुहेतून धावत बाहेर येण्याऐवजी डोळे मिटून स्तनपान करणाऱ्या आपल्या अपत्याकडे पाहण्यातच तिला अधिक मौज वाटते, आवेगाने आपण घेतलेल्या चुंबनाचे प्रतिचुंबनाने स्वागत करण्याची ओढ तिला पूर्ववत राहिली नसून न बोलणाऱ्या, न चालणाऱ्या अशा एका चिमुकल्या मांसाच्या गोळ्याच्या गालाला गाल लावण्यात ती गुंग होऊन जाते इत्यादी गोष्टी ज्या क्षणी पुरुषाच्या लक्षात आल्या, त्याच क्षणी स्त्री ही त्याच्या कौतुकाचा, करुणेचा आणि काव्याचा विषय बनली. तो तिचा सहचारी राहिला नाही, तिचा संरक्षक झाला.

मानवजातीच्या भौतिक आणि सांस्कृतिक प्रगतीने स्त्रीचे हे दुबळेपण अधिकच दृढमूल केले. गुहेत राहणारा मनुष्यप्राणी बुद्धिवैभवाने निर्माण केलेल्या घरात राहायला आला. घर हा पराक्रमी पुरुषाचा रंगमहाल झाला. पण स्त्रीच्या दृष्टीने मात्र घर हे नुसते विलासमंदिर राहिले नाही, तो तिचा तुरुंगही ठरला. स्त्री ही राणी झाली खरी; पण ती टीचभर घरातली. बाहेरच्या अफाट जगाचा आणि वास्तव जीवनाचा तिचा संबंध तुटला. तिचे जग नकळत संकुचित झाले. चूल आणि मूल हीच आपली कार्यक्षेत्रे आहेत असे संस्कार स्वाभाविकच तिच्या भावनाशील मनावर उमटू लागले. दुबळ्यांच्या कपाळी गुलामगिरी यायची हा निसर्गाचा नियमच आहे. त्यामुळे हा हा म्हणता स्त्रीवर पुरुषाचा मालकीहक्क प्रस्थापित झाला. पावित्र्याच्या अनेक कल्पनांचा उगम जीवनविषयक अज्ञानात आणि परलोकविषयीच्या अंधश्रद्धेत असला तरी घराबाहेरच्या अफाट जगात धडपडणाऱ्या, हरतऱ्हेच्या संकटांशी पदोपदी टक्कर देणाऱ्या आणि त्यात यश मिळाले की नवेनवे पराक्रम करू इच्छिणाऱ्या पुरुषाला या सोनेरी शृंखला कधीच बंधनकारक झाल्या नाहीत. उलट घरकुलात प्रेमाची आणि वात्सल्याची पूजा करीत बसलेल्या स्त्रीने मात्र नवे अलंकार म्हणून त्यांचा मोठ्या आनंदाने स्वीकार केला.

आजची हिंदी स्त्री शतकानुशतके पायांत पडलेल्या या शृंखलांतून नुकतीच कोठे मुक्त होण्याच्या मार्गावर आहे. ती स्वतंत्र होऊ इच्छित आहे. कैक वर्षे तुरुंगात काढावी लागणाऱ्या माणसाचे मन बाहेरच्या जगात रमत नाही असे म्हणतात. असले कित्येक कैदी तुरुंगाचा निरोप

घेताना आपली ठरावीक पात्रे जपून ठेवण्याविषयी तेथील लोकांना सांगत असतात. शक्यतितक्या लवकर तुरुंगात परत येण्याची इच्छा त्यांच्या मनात प्रबळ असते याचेच हे द्योतक आहे. आमची सुंदर सनातन कुटुंबसंस्था म्हणून जुन्या कुटुंबपद्धतीचे आणि तिच्या चार भिंतीत कोंडल्या गेलेल्या स्त्रीजीवनाचे गोडवे गाणारे लोक अजूनही आपल्या समाजात आढळतात. तुरुंगाबाहेर पडायला नाखूश असलेल्या कैद्यांच्या मनोवृत्तीत आणि त्यांच्या विचारसरणीत मुळीच अंतर नाही. पण असल्या मंडळींनी जुन्या कुटुंबपद्धतीचे कितीही देव्हारे माजविले व 'रांधा, वाढा आणि उष्टी काढा' या चाकोरीतून जाणारे स्त्रीजीवन व सुंदर शब्दांच्या निर्जीव काचांनी कितीही शृंगारले तरी यापुढे त्या कुटुंबपद्धतीचे आयुष्य संपुष्टात आले आहे, आजच्या सुशिक्षित स्त्रीचा परलोकावर काडीइतकाही विश्वास उरला नाही, कर्तव्याइतकेच आपल्याला हक्कही आहेत याची जाणीव तिला अत्यंत तीव्रतेने झाली आहे हे त्यांनी विसरू नये. जागृत झालेले राष्ट्र ज्याप्रमाणे पारतंत्र्याचे जू झुगारून देताना प्राणाचीही पर्वा करीत नाही, त्याप्रमाणे जागृत झालेली स्त्रीही स्वतंत्र होताना जे कष्ट पडतील त्यांना तोंड द्यायला यापुढे कचरणार नाही. धर्म, रूढी, निसर्ग, कायदे आणि पुरुषांचे मन इतक्यांच्या एकवटलेल्या विरोधाशी तिला झुंज द्यायची आहे. दयेने प्रेरित झाल्यामुळे असो, प्रेमाने मोहून गेल्यामुळे असो अथवा स्वार्थाने अंध झाल्यामुळे असो – पुरुषाने पिढ्यान् पिढ्या स्त्रीला घराबाहेर पडू दिले नाही. कुटुंबासाठी जगणे हेच गीता सांगणाऱ्या कृष्णापासून गीतारहस्य लिहिणाऱ्या लोकमान्यांपर्यंतच्या काळात तिचे ध्येय मानण्यात आले. स्त्रीने स्वत:साठी जगायचे? छे! किती क्षुद्र कल्पना! स्त्री ही त्यागाची मूर्ती! तिला असली कल्पना कशी रुचेल? स्त्रीने समाजासाठी जगायचे? छे! स्त्री ही भोळी, खुळी, दुबळी! बाहेरच्या धकाधकीचा मामला तिला कधीच मानवणार नाही. ती धडपडेल, पडेल, फसेल, तिचा अध:पात होईल. अर्थात तिने कुटुंबासाठी जगले पाहिजे हे ओघानेच सिद्ध झाले.

पण आजची स्त्री या फसव्या युक्तिवादाला बळी पडण्याइतकी भोळी राहिलेली नाही. व्यक्तित्वाच्या विकासाची संधी हा प्रत्येक मनुष्याचा जन्मसिद्ध हक्क आहे हे ती जाणते. कौटुंबिक कर्तव्याइतकीच, किंबहुना त्यापेक्षाही अधिक, सामाजिक कर्तव्ये मानवी जीवनात महत्त्वाची

असतात याची जाणीव तिला पुरेपूर झाली आहे. निव्वळ कुटुंबासाठी ती आता जगू इच्छित नाही. कुटुंबाइतकीच ती स्वत:साठी जगू इच्छिते. स्वत:इतकीच ती समाजासाठी जगण्याची नवी महत्त्वाकांक्षाही मनात फुलवीत आहे.

आणि तिच्या या विशाल आकांक्षेत अस्वाभाविक असे काय आहे? मानवी समाजाच्या प्राथमिक अवस्थेत जी जीवनमूल्ये रूढ झाली, त्यांना चिकटून राहून क्षणोक्षणी बदलणाऱ्या या जगात कोणाचा घटकाभर तरी टिकाव लागेल का? मातीचे तेल सोन्याइतके दुर्मीळ झाले आणि 'काडीइतकी किंमत' हा शब्दप्रयोग तुच्छतेने वापरण्याऐवजी महाग झालेल्या आगकाड्यांकडे पाहून गौरवाने उच्चारण्याची इच्छा होऊ लागली तरी चकमकीने विस्तव निर्माण करण्याचे तंत्र काही मनुष्य पुन्हा रूढ करू इच्छित नाही. अगदी लहानसहान गोष्टींतील हा अनुभव अत्यंत महत्त्वाच्या जीवनविषयक मूल्यांतही आज तीव्रतेने प्रत्ययाला येत आहे. वर्तमानकाळ कितीही निराशाजनक असला तरी भूतकाळात धाव घेऊन काही त्याची शल्ये बोथट होत नाहीत. कुरूप वर्तमानाच्या पोटी सुंदर भविष्य जन्माला येऊ शकते. नव्हे, भविष्याचे सौंदर्य वाढविण्याचे सामर्थ्य मानवी सद्‌बुद्धीच्या आणि सद्‌भावनांच्या अंगी सदैव भरपूर वास करीत असते. मात्र भविष्य घडविणाऱ्या कोठल्याही शिल्पकाराने आपल्या हातांत भूतकाळाच्या शृंखला – प्रसंगी त्या रत्नजडित असल्या तरी – कधीही घालून घेऊ नयेत.

आजची हिंदी स्त्री याच विशिष्ट मानसिक संक्रमणातून आणि विचारांच्या आंदोलनातून पुढे जात आहे. तिला सीतासावित्री या संस्मरणीय सती वाटतात; पण पारलौकिक दृष्टीने पातिव्रत्याचे स्तोम माजवायला आता मी तयार होणार नाही. पतिभक्तीने प्रेरित होऊन वनवासात जाणाऱ्या सीतेविषयी तिला जो आदर वाटतो त्यात काव्यात्मक भावनाप्रियताच अधिक आहे. देशाच्या स्वातंत्र्यासाठी आपल्या जिवाचे दान करणारी आजची चिनी स्त्री तिला पुराणकाळातील सीतेहून अधिक जवळची वाटते. पतीचे प्राण परत मिळविण्यासाठी मूर्तिमंत मृत्यूशी झगडा करणारी सावित्री तिच्या मनात आदर निर्माण करीत नाही असे नाही, पण मानवधर्माची पायमल्ली करणाऱ्या फॅसिस्ट राक्षसांच्या पावलांनी आपली पवित्र मातृभूमी दूषित होऊ नये म्हणून 'हे पाहा प्राण

फेकून दिले’ असे उद्‌गार काढीत आपले किंवा आपल्या पति-पुत्रांचे बलिदान करणारी आजची रशियन स्त्री तिचे अंत:करण हालवून सोडते – नवा आदर्श म्हणून तिच्यापुढे उभी राहते.

कौटुंबिक जीवन हे फक्त एक सुखाचे साधन आहे, ते मानवी जीवनाचे ध्येय होऊ शकत नाही या कल्पनेने ती अस्वस्थ झाली आहे. आजपर्यंत पति-पुत्राकरिता आपण जसा त्याग केला तसा यापुढे समाजाकरिता करणे आवश्यक आहे, या भावनेने तिचे मन रसरसू लागले आहे. निर्वेध, साधे, शांत, सुखी आयुष्य आता तिला आमरण गुंग करू शकणार नाही. अपत्यांच्या प्रसववेदना आनंदाने सोसणारे तिचे मन नव्या हिंदी समाजाच्या, स्वतंत्र हिंदी राष्ट्राच्या किंबहुना नव्या जगाच्या प्रसूतिवेदना सोसण्याची हिंमत बाळगीत आहे. ‘आम्हा साऱ्याच बायकांना अचूक नेम मारता येईल असं नाही; पण आमच्यापैकी प्रत्येकीला एकातरी फॅसिस्टाचं काळीज निदान डोकं – आपल्या गोळीनं छिन्नभिन्न करता येईल यात संशय नाही.’ हे रशियातील कोणीतरी शूर स्त्रीचे उद्‌गार वाचले की तिचेही अंत:करण तसेच काही करण्याकरिता हुरहुरू लागते.

आधुनिक हिंदी स्त्रीच्या मनात घडून आलेल्या या क्रांतीला आगरकरांपासून महात्माजींपर्यंतच्या अनेक नेत्यांच्या विचारांचा आणि चळवळींचा हातभार लागला आहे. पोथ्या –पुराणांत आढळून येणाऱ्या आणि प्राचीन समाजव्यवस्थेला पोषक असणाऱ्या पावित्र्यापेक्षा, फक्त जुन्या कविसंकेतांत आणि स्वप्नाळू लेखकांत प्रकट होणाऱ्या काल्पनिक संस्कृतीपेक्षा, केवळ सवयीमुळे अधिक श्रेष्ठ आणि सुखकारक वाटणाऱ्या जुन्या चाकोरीतील जीवनक्रमापेक्षा या महापुरुषांच्या मार्गदर्शनाने निर्माण होणाऱ्या नव्या जगाचे स्वागत करणे आणि त्याला अनुरूप अशी नवीन जीवनमूल्ये निर्माण करण्याचा आटोकाट प्रयत्न करणे हेच आजच्या हिंदी स्त्रीला आपले कर्तव्य वाटले तर त्यात नवल कसले?

मात्र हे कर्तव्य पार पाडताना आत्मविश्वासाइतकीच तिला आत्मपरीक्षणाचीही आवश्यकता आहे. अंधळ्या आत्मविश्वासातून आत्मवंचना निर्माण होते आणि आत्मवंचनेच्या पोटी जीवनातील विकृतींची परंपरा सुरू होते. आज हिंदी स्त्री केवळ सामाजिक आयुष्याच्या दृष्टीनेच नव्हे तर आंतरिक जीवनाच्या दृष्टीनेही क्रांतिकालातून जात आहे. पण

क्रांतीच्या घोषणांचे पडसाद नुसते पाठ करून किंवा स्थानी-अस्थानी त्यांची पोपटपंची करून उद्याची नवी स्त्री निर्माण होणार नाही. क्रांतीचे काव्यात्मक दर्शन प्रत्येकालाच प्रिय असते. विशाल सागरातून बाहेर पडणाऱ्या सुंदर लक्ष्मीप्रमाणे ते रूप मोहक भासते. पण क्रांतीचे खरेखुरे स्वरूप महाकालीसारखे आहे; ते महालक्ष्मीसारखे नाही. कुठल्याही क्रांतीची पूजा नुसत्या काव्यकल्पनांनी साजरी होत नाही, त्यागाच्या ज्वाला याच तिच्या पूजनाच्या पुष्पमाला असतात. सहज सिद्ध होणारा पंचपक्वान्नांचा नैवेद्य तिला चालत नाही. फक्त रक्ताचाच स्वीकार ती करते. आणि त्यातही कोणा वाटेल त्याच्या रक्ताने ती प्रसन्न होत नाही. भक्ताने स्वत:च्या काळजातील रक्त अर्पण करावे तेव्हाच ती इष्ट वर देण्याइतकी संतुष्ट होते. या उग्र दैवताचे धूपदीपही फार निराळे आहेत. अन्यायाविरुद्ध, जुलमाविरुद्ध आणि विषमतेविरुद्ध अहोरात्र जळणाऱ्या मनाचा प्रकाश हाच या देवतेचा दीप आणि त्या अन्यायाचे निर्मूलन करण्याकरिता आगीत उडी घेणारे शरीर हाच तिचा धूप. क्रांतीचे हे लोकविलक्षण विक्राळ रूप आजच्या सर्वसामान्य सुशिक्षित तरुणीने सहसा कल्पनेनेसुद्धा पाहिलेले नसते. तिची क्रांतीची कल्पना आईबापांच्या इच्छेविरुद्ध एखाद्या गोऱ्यागोमट्या किंवा श्रीमंत तरुणाशी लग्न करणे आणि भरजरी लुगडे नेसून आपल्या पुस्तकी ज्ञानाचे प्रदर्शन सभासंमेलनांतून करीत सुटणे यापलीकडे फारशी जात नाही.

'सुखाचा शोध', 'अर्धांगी' व 'पहिला पाळणा' या मराठी बोलपटांतून सुशिक्षित स्त्रीच्या असल्या वैगुण्यांचे गंभीर आणि विनोदी अशा दोन्ही पद्धतींनी चित्रण झाले. पण ते चित्रण बहुतेक सुशिक्षित बायकांना विकृत व अवास्तव वाटले. चित्रपटांत सकारण अकारण अतिरंजन केले जाते हे खरे; पण हा आक्षेप मान्य करूनसुद्धा माणिक, अरुंधती व चित्रा या नायिकांची चित्रे सर्वथैव खोटी आहेत असे म्हणता येणार नाही. विचारी, अशिक्षित स्त्री म्हणजे पंख न फुटलेले पाखरू! ती घरातच घरटे करून राहते. तिचा चिवचिवाट आणि फडफडाट त्या घरट्याबाहेर फारसा ऐकू जात नाही. पण सुशिक्षित स्त्रियांना पंख फुटलेले असतात. साहजिकच त्या आपल्या घरट्याबाहेर पडतात. पण घरटे सोडल्यावर निळेनिळे पण उंचउंच आकाश गाठण्याची शक्ती पंखांत नसल्यामुळे त्या मधल्यामधेच गिरक्या घेऊ लागतात. जुने

भावनात्मक कौटुंबिक जीवन मागे पडले. नवे बुद्धिनिष्ठ सामाजिक जीवन निर्माण झाले नाही. या दोन जगांच्यामध्ये त्या त्रिशंकूप्रमाणे लोंबत राहतात. पतीच्या जीवनात विलीन झालेले साधेभोळे व्यक्तिजीवन त्यांच्या मनाचे समाधान करू शकत नाही; आणि व्यक्तिविकासाची अत्युच्च पायरी गाठण्याकरिता घराबाहेरच्या अगड्यात निर्भयपणाने उडी घालून शरीरसुखाचा – प्रसंगी प्राणाचा – जो होम करावा लागतो तो करायची त्यांच्या मनाची तयारी झालेली नाही. अशा स्थितीत जेथे विकास खुंटतो तेथे विकृती सुरू होते. या नियमाला स्त्रीजीवन तरी कोठून अपवाद होणार? व्यक्तिस्वातंत्र्य म्हणजे उपभोगाच्या क्षेत्राचा विस्तार नव्हे, हक्कांची जाणीव म्हणजे कर्तव्यांचे विस्मरण नव्हे आणि नव्या जीवनाची विशाल स्वप्ने म्हणजे नुसता गोडगोड स्वप्नाळूपणा नव्हे हे न कळल्यामुळे किंवा कळूनही ते आचरणात आणण्याला लागणारे संयमाचे सामर्थ्य अंगी नसल्यामुळे सुशिक्षित स्त्री ही नकळत समाजटीकेचा – विनोद ही एक प्रकारची खेळकर टीकाच असते – विषय बनली.

बिचाऱ्या टीकाकारांनी तरी काय करावे? कवयित्री म्हणून मिरविणारी एखादी स्त्री घरात तान्हे मूल आकांत करीत असताना स्नानगृहात घटका घटका जलसा करीत बसलेली दिसली तर हा एक काव्याचाच सर्ग आहे असे त्यांनी मानायचे? खरजेने पीडलेल्या पोटच्या पोरांना मायेने मलम लावायचे सोडून 'खरजेचे फोड फोडायचं मला बाई भय वाटतं' असे म्हणून ते काम मोलकरणीवर सोपवून चकाट्या पिटीत बसणाऱ्या विदुषीला काय त्यांनी मानपत्र द्यायचे? एकीकडून आर्थिक स्वावलंबनाशिवाय स्त्री स्वतंत्र होणार नाही म्हणून आक्रोश करायचा आणि सुखवस्तू नवरा मिळाला रे मिळाला की नोकरी सोडून आणि समाजसेवेकडे पाठ फिरवून आपल्या टुमदार घरकुलाचा तोरा मिरविणाऱ्या पंडितेवर काय त्यांनी पुष्पांजली वाहायची? विवाहविषयक जुनी नीतिमूल्ये झुगारून देणाऱ्या आणि नवीन नीतिमूल्ये जीवनात आणण्याचे धैर्य नसणाऱ्या सुशिक्षित स्त्रीच्या स्वैर वर्तनाला समाजाने नाक मुरडले तर त्यातही सारा दोष बघणाराचाच का?

सुशिक्षित स्त्रीचे हे दोष सुशिक्षित पुरुषांच्या अंगी नाहीत असे नाही. पण स्त्रीचे व्यक्तिस्वातंत्र्य समाजाने मान्य केले तरी केवळ पुरुषी

मूल्यांनी तिची किंमत करायला तो कधीही प्रवृत्त होणार नाही. स्त्रीजीवनाच्या नव्या विकसित स्वरूपाची समाज आज ना उद्या पूजा करील. पण त्या विकासाचे मंदिर अभंग स्त्रीमनाच्या आणि त्याच्या विशिष्ट गुणांच्या आधारावर उभारले असेल तरच त्याच्यापुढे समाजाचे मस्तक नम्र होईल. पण त्या मंदिराच्या पायात जिवंत स्त्रीमन पुरले गेले आहे, ते गुदमरून निश्चेष्ट झाले आहे असा त्याला नुसता भास झाला तरीसुद्धा पूजेकरिता हातात घेतलेल्या फुलांचा चोळामोळा करून टाकल्याशिवाय तो राहणार नाही.

स्त्रीमन?

होय! स्त्रीमन ते स्त्रीमन आणि पुरुषमन ते पुरुषमन! विनायक कवीने चित्रित केल्याइतका या दोन मनांत भेद नसेल – नव्हे, नाहीच. स्त्री तेवढी कोमल आणि पुरुष तेवढा कठोर हा यापुढे एक जुनापुराणा कविसंकेतच ठरेल हे कबूल! स्त्रीमन आणि पुरुषमन ही दोन्ही जीवननाटकाला रंग आणणारी रम्य रसाळ गीते आहेत यात नवल नाही. पण पहिले भावगीत आहे आणि दुसरे नाट्यगीत आहे, हे आजउद्याच्या स्त्रीने लक्षात ठेवले पाहिजे.

हा फरक फार सूक्ष्म आहे असे अनेकांना वाटेल, पण शास्त्रीय संशोधनाप्रमाणे मानवी जीवनातही सूक्ष्म फरकाचे परिणाम फार मोठे असतात. या दोन मनांतील हे नाजूक अंतर स्पष्टपणे दर्शित करणारे अनेक उत्कट प्रसंग महाकवींच्या साहित्यांतून किंवा महापुरुषांच्या चरित्रांतून दाखविता येतील. पण हा मुद्दा सिद्ध करायला एवढ्या साक्षीदारांची जरुरीच नाही. वेंडेल विल्कीचे 'एक जग' हे राजकारणविषयक (की प्रवासवर्णनपर) पुस्तकच घ्या. चीनमधील विल्कीच्या प्रवासाची पाने सहज चाळा. चँग-कै-शेक आणि विल्की या दोन मुत्सद्द्यांची अनेक विषयांवरील चर्चा वाचू लागा. त्या चर्चेने बुद्धीचे रंजन होईल, नाही असे नाही. पण स्वच्छ आकाशाचा नीलिमा पाहण्यात होणारा आनंद आभाळात उगवणारी चिमुकली चंद्रकोर पाहून होणाऱ्या आनंदापेक्षा थोडा फिक्काच वाटतो, नाही का? हा दुसऱ्या प्रकारचा आनंद त्या पुस्तकाच्या वाचकाला जनरॅलिसिमोच्या प्रश्नांत मिळत नाही, विल्कीच्या उत्तरांतही तो मिळत नाही. मॅडम चँग –कै-शेकच्या दोन साध्या वाक्यांतून तो प्रतीत होतो. स्वत: मॅडम काही कमी राजकारणपटू आहे

असे नाही. या दोघांमधील दुभाष्याचे काम तीच करीत होती. पण तासन् तास घटपटादी खटपट करणाऱ्या या पुरुषांना ती शेवटी म्हणाली, 'दहा वाजून गेले की. तुम्ही पुरुष एकदा बोलायला लागला की तुम्हाला कशाचीच शुद्ध उरत नाही. काही काही खाल्लं नाही तुम्ही अजून. चला, उठा. आधी गावात जाऊन चार घास खाऊ या. ही चर्चा पुन्हा केव्हातरी सावकाश संपविता येईल तुम्हाला!'

स्त्री कितीही सुशिक्षित झाली तरी या भावनेचा, या भावनेचे तरंग ज्यांच्यावर नित्य विसलत असतात त्या नैसर्गिक वात्सल्याचा तिला त्याग करता येणार नाही. स्त्री-पुरुषांच्या सर्व व्यावहारिक हक्कांत समता अवश्य हवी. पण समता म्हणजे स्वैरता नव्हे. समतेचा जन्म विरोधातून होत असला तरी सहकार्य हेच तिचे जीवन आहे. ही भूमिका सोडून कुठल्यातरी वैयक्तिक पुरुषाच्या भ्रामक कल्पनेच्या मागे स्त्रिया धावत सुटलीत तर त्या निव्वळ पुरुषी होतील. आपले स्त्रीमन गमावून त्या स्वतःलाच नव्हे, तर समाजाला दुःखाच्या गर्तेत लोटतील. पुरुषांना लीलेने साधणारे बुद्धीचे अनेक खेळ खेळण्यात त्या कमी कुशल ठरतील असे नव्हे; पण उद्याच्या नव्या जगात सुख आणि शांतता ह्यांची स्थापना व्हायची असेल तर मानवजातीच्या बुद्धीइतकाच तिच्या हृदयाचा विकास व्हायला हवा. तो विकास पुरुषांपेक्षा स्त्रियाच अधिक सत्वर आणि अधिक सुंदर रीतीने करू शकतील. बुद्ध, ख्रिस्त आणि गांधी यांच्यासारखे प्रज्ञावंत महापुरुष नव्या सात्त्विक मानवाची स्वप्ने पाहू शकतील. पण ती स्वप्ने अंशतः का होईना, खरी करून दाखविण्याचे सामर्थ्य सामान्य पुरुषापेक्षा स्त्रीमध्येच अधिक आहे. भक्ती, त्याग, वात्सल्य हे गुण स्त्रीला कुणी शिकवावे लागत नाहीत. ते तिच्या रक्तात सदैव नाचत असतात. मानवजातीच्या अज्ञानामुळे किंवा पुरुषजातीच्या स्वार्थलंपटतेमुळे या सद्‍गुणांचा आतापर्यंत अनेकदा दुरुपयोग झाला असेल; पण मानवी बुद्धीतून निर्माण झालेल्या शास्त्रज्ञानाचा महायुद्धासारख्या प्रसंगी अतिशय दुरुपयोग होतो म्हणून ते ज्ञान कोणी त्याज्य मानले आहे काय? स्त्रीच्या भावनागुणांचेही तसेच आहे.

प्रस्तुत कथासंग्रहात जुन्या व नव्या स्त्रीजीवनाचे आणि स्त्रीमनाचे असे थोडे पैलू चित्रित करण्याचा प्रयत्न मी केला आहे. 'आक्का व कोवडा पोर' या १९२९ साली लिहिलेल्या गोष्टीत स्त्रीचे उपजत

वात्सल्य, वात्सल्याच्या विषयाकरिता निस्सीम त्याग करण्याची तिची विलक्षण शक्ती, पण तो त्याग व्यक्तिनिष्ठ असल्यामुळे ती व्यक्ती दुरावू लागताच तिच्या मनात निर्माण होणारा सूक्ष्म मत्सर इत्यादींचे चित्रण आढळेल. प्राचीन काळच्या समाजपद्धतीने स्त्रीच्या विकासाला कुटुंबाची मर्यादा घातल्यामुळे प्रेमाशी संबद्ध असलेला मत्सर हा नकळत तिच्या आयुष्याचा एक महत्त्वाचा भाग बनला होता. जुन्या जमान्यात सासूकडून होणाऱ्या सुनेच्या छळाला हा मत्सरसुद्धा थोडाफार कारणीभूत होत असे, हे सहज लक्षात येण्याजोगे आहे.

केवळ कौटुंबिक अशा त्या जीवनातून आणि भावनांतून नुकतीच बाहेर पडलेली पण संक्रमणकाळाने निर्माण केलेल्या विचित्र परिस्थितीमुळे गोंधळून गेलेल्या स्त्रीमनाचे चित्र १९४२ साली लिहिलेल्या 'आठ जून' या गोष्टीत रेखाटलेले दिसेल. नव्या स्त्रीला व्यक्तिविकासही हवा, नैसर्गिक असे पतिसुख आणि अपत्यसुखही हवे आणि समाजसेवेची तिची इच्छाही – त्या इच्छेला हौस म्हणा अथवा तळमळ म्हणा – तृप्त व्हायला हवी. जीवनविषयक तिच्या आकांक्षांचे हे तीन भिन्न प्रवाह एकवटतील तरच यापुढे ती पूर्णपणे सुखी होऊ शकेल. पण या प्रवाहांचा संगम साधण्याकरिता तिला अनेक दिव्यांतून जावे लागेल. नैतिक, आर्थिक, सामाजिक आणि राजकीय प्रश्नांच्या काटेरी कोंडीतून अंग रक्तबंबाळ करून घेत तिला आपली वाट काढावी लागेल. मात्र स्त्री ही आपली दासी किंवा भोगदासी नाही, ती आपली बरोबरीची – अगदी जिवाभावाची मैत्रीण आहे या नवीन भावनेने प्रेरित झालेल्या आज –उद्याच्या पुरुषांकडून या कामी आता तिला पूर्वीसारखा – निदान पूर्वीइतका तीव्र विरोध होणार नाही; उलट हळूहळू त्याचे तिला साहाय्यच मिळेल.

पण व्यक्तिस्वातंत्र्य, कुटुंबसुख आणि सामाजिक जीवन हे तिन्ही प्रवाह स्त्रीच्या आयुष्यात एकरूप झाले तरी उद्याची स्त्री सुखी होईल असे म्हणणेसुद्धा धाडसाचे होईल. जोपर्यंत बॉम्ब फेकणारी विमाने आकाशात लक्षावधी निष्पाप मानवाच्या डोक्यांवर भुतासारखी घिरट्या घालीत आहेत, जोपर्यंत रक्ताची चटक लागलेल्या वाघाप्रमाणे वैभवाच्या नि विस्ताराच्या लालसेने वेडावून गेलेली राष्ट्रे आपल्या कोट्यवधी तरुणांच्या रक्ताची किंमत तांबड्या शाईपेक्षा अधिक मानायला तयार

होत नाहीत, तोंडाने शांतिपाठ म्हणणारे राजकारणी मुत्सद्दी बगलेत सुऱ्या लपवून त्या एकमेकांच्या पाठीत कशा खुपसाव्यात याचेच जोपर्यंत चिंतन करीत आहेत, काळे आणि गोरे, जित आणि जेते, सुधारलेले आणि मागासलेले इत्यादी भेदांची भुते जोपर्यंत जगाच्या पाठीवर नंगानाच घालीत आहेत तोपर्यंत उद्याची स्त्री – मग ती कुठल्याही राष्ट्रातील असो – सुखाने जगू शकणार नाही. वर्षानुवर्षे तिने खस्ता खाऊन वाढविलेले पोटचे गोळे – एक दिवस मुत्सद्द्यांच्या नेत्रकटाक्षांबरोबर तोफेच्या तोंडी बळी देण्याकरिताच का तिने त्यांच्यासाठी इतका त्याग केलेला असतो? ज्याच्या सेवेत तिला स्वर्गसुख लाभते, ज्याच्या वक्ष:स्थलावर क्षणभर डोके टेकून डोळे मिटले की ती ब्रह्मानंद उपभोगू शकते, तो प्रिय पती कुठल्यातरी महत्त्वाकांक्षी माणसाने सुरू केलेल्या युद्धात मुंगीसारखा चिरडला गेलेला पाहून असली युद्धे निर्माण करणाऱ्या अमानुष समाजव्यवस्थेविरुद्ध ती चिडून चवताळून उठल्याशिवाय राहील काय? कॅपेकच्या 'मदर' या नाटकाच्या आधाराने १९४२ साली लिहिलेल्या 'आईचा शब्द' या कथेत स्त्रीमनाच्या या बाजूचे अंशत: चित्रण झाले आहे. सर्व स्त्रीधर्मांत मातृधर्म श्रेष्ठ आहे हे खोटे नाही. मग उद्याच्या स्त्रीला आपल्या अपत्यांची मर्यादा असलेला संकुचित मातृधर्म पाळून चालणार नाही. नवा विशाल मातृधर्म तिला आव्हान देत आहे. साऱ्या जगातील अनाथ नि अपंग लेकरांनी फोडलेला टाहो तिच्या कानांवर पडत आहे. ढोंगी मुत्सद्द्यांच्या आणि पाशवी वीरांच्या पायाखाली चिरडली जाणारी मानवता आर्त स्वराने तिला हाक मारीत आहे. प्रेम, दया, वात्सल्य यांचे जगात क्षीण होत चाललेले आवाज तिला बोलावीत आहेत. हे सर्व करुणस्वर ऐकूनही उद्याची स्त्री आपल्या घरकुलात आपल्याच पिलांच्या किलबिलाटात रमून जाईल असे कोण म्हणेल/ मातृधर्मापेक्षाही श्रेष्ठ अशा मानवधर्माचे परिपालन करण्याकरिता ती पुढे सरसावेल? एक दिवस – तो दिवस लवकरच उगवेल का? ती जगन्माता होईल?

समाजात प्राचीन स्त्री नकळत दासी झाली होती. लहरी निसर्गामुळे, अंधळ्या भावनेमुळे आणि पुरुषाच्या उपभोगप्रधान वृत्तीमुळे हे दास्य तिच्यावर पिढ्यान् पिढ्या लादले गेले. आजची स्त्री गुलामगिरीच्या या अवजड शृंखला तोडून बाहेर पडत आहे. राणी म्हणून समाजात

मिरविण्याचा ती आटोकाट प्रयत्न करीत आहे. पण यापुढे स्त्रीजीवनाची सफलता दासी होण्यात नाही आणि राणी होण्यातही नाही. ती जगन्माता होण्यात आहे. केवळ पुरुषाशी स्पर्धा करण्याकरिता आणि त्याच्या तोडीने आयुष्यातील विविध सुखांचा उपभोग घेण्याकरिता आजची स्त्री घराबाहेर पडत असेल तर तिची ती मोठी चूक आहे. निसर्गाच्या अनेक बंधनांतून मुक्त असल्यामुळे बुद्धिविकासाची बिकट चढण तिच्या मानाने पुरुष पुष्कळच चढून गेला आहे. दूर उंचावर त्याच्या हातात फडफडणारा विजयध्वज पाहून मागे पडलेल्या स्त्रीला तो आपली हेटाळणी करीत आहे असा भास झाला तर त्यात नवल नाही. त्या भासाने चिडून आपण एकदम धावत सुटावे आणि पाय रक्तबंबाळ झाले तरी पर्वताच्या मध्यभागी त्याला गाठावे अशी तीव्र इच्छा तिच्या मनात उत्पन्न होणेही अस्वाभाविक नाही. पण केवळ वैयक्तिक प्रगतीत पुरुषांची बरोबरी करण्याकरिता, आपण दुर्बल नाही, हे सिद्ध करण्याकरिता ती विचार न करता लगबगीने धावू लागली तर?

तर क्षणार्धात तिचे जीवनध्येय धुळीला मिळेल. ज्या पर्वताची चढण पुरुष चढून गेला आहे आणि ती चढू लागली आहे, त्या पर्वताच्या अत्युच्च शिखरावर एक सुंदर देवालय आहे. त्या देवालयातील देवतेचे नाव मानवता. पुरुषाचा पराक्रम पुढे धावत जाऊन हे दुर्गम देऊळ शोधून काढण्यात आहे. पण त्या देवळातील देवतेच्या पूजेचे सर्व मंगल साहित्य मात्र स्त्रीच्याच हातात आहे. एका ध्वजाखेरीज अन्य बंधन नसलेल्या पुरुषाप्रमाणे ती या देवालयाकडे लगबगीने जाऊ शकणार नाही. ती धावू लागेल तर तिच्या पूजासाहित्यातील पुष्पमाला तिच्याच पायदळी तुडविली जाईल – प्रसंगी ती पुष्पमालाच तिची शृंखला होईल. पुरुषाच्या हातातील ध्वज वाऱ्याने फडफडू लागला म्हणजे तिला त्याच्या त्या विजयपताकेचा क्षणभर हेवा वाटेल. पण पर्वतशिखरावरील देवतेच्या पूजेकरिता प्रज्वलित केलेली आपल्या हातांतल्या तबकातील भावनेची निरांजने त्या वाऱ्याच्या झोताने विझणार नाहीत ही दक्षता तिने आधी घ्यायला नको का? त्याकरिता सावकाश चालावे लागले, पुरुषांकडून अबला म्हणून कितीही थट्टा झाली तरी तिने त्याचे वैषम्य मानता कामा नये. प्रसंगी पदर आड करून निरांजनातील ज्योतीचेच तिने रक्षण करायला हवे. तरच दुर्गम पर्वतशिखरांवरील त्या

देवतेची आज ना उद्या यथासांग पूजा होऊ शकेल.

एके काळी सौंदर्य हेच स्त्रीचे सामर्थ्य होते. आता सामर्थ्य हेच आपले सौंदर्य मानून नवे जग – एकच एक सुखी जग – निर्माण करण्याकरिता तिने आपल्या जागृत बुद्धीचा आणि नैसर्गिक भावनांचा विनियोग करणे इष्ट होईल. या कामात पुस्तकी पांडित्य करणाऱ्या विल्कीसारख्या मुत्सद्द्यापेक्षा मानवी मूल्यांच्या श्रेष्ठत्वाकरिता झगडणाऱ्या महात्मा गांधींना यश येण्याचा जसा अधिक संभव आहे, तसे या नव्या जीवनक्रांतीत पुरुषापेक्षा स्त्रीचे नेतृत्वच अधिक प्रभावी ठरण्याची शक्यता आहे. पुरुष शूर आहे. पण कुठलीही नवी सृष्टी निव्वळ शौर्यातून आणि पांडित्यातून निर्माण होत नाही. ती त्यागातून आणि बुद्धिनिष्ठ भावनांतूनच उगम पावते.

कोल्हापूर वि.स. खांडेकर
१५-४-४४

तिसऱ्या आवृत्तीची प्रस्तावना

या कथासंग्रहाची तिसरी आवृत्ती रसिकांना सादर करताना मला आनंद होत आहे. ही आवृत्ती दोन वर्षांपूर्वीच वाचकांच्या हातात पडायला हवी होती. पण –

'पण' हा दोन अक्षरी पिटुकला शब्द किती भयंकर आहे, याचा अनुभव गेली काही वर्षे आपण नित्य घेत आहोत. तेव्हा ज्या अनेक कारणांमुळे हे प्रकाशन लांबणीवर पडत गेले, त्या सर्वांचा पाढा कशाला वाचायला हवा? प्रत्येकाला ती पाठ आहेतच. वरातीमागून घोडे आले, तरी ते सुखरूप आले या गोष्टीचाच या काळात आपण आनंद मानला पाहिजे. म्हणून ही आवृत्ती रसिकांना मी मोठ्या कृतज्ञतेने सादर करतो. त्यांच्या माझ्यावरील प्रेमामुळेच, गेल्या दोन वर्षांत प्रकृती अत्यंत प्रतिकूल झाली असूनही मी अजून लेखन करीत राहिलो आहे, नवनव्या लेखनाचे संकल्प सोडीत आहे. पहिल्या दोन आवृत्त्यांत असलेली 'पहिले प्रेम' ही माझी गोष्ट या आवृत्तीतून गाळली आहे. ती गाळण्याचे एक कारण 'पहिले प्रेम' या माझ्या कादंबरीत तोच विषय सविस्तर मांडला गेला आहे. दुसरे त्यापेक्षाही महत्त्वाचे कारण संग्रहाचे नाव जिला दिले आहे, ती गोष्ट पहिल्या दोन आवृत्त्यांत समाविष्ट होऊ शकली नव्हती हे होय. शकुंतलेवाचून शाकुंतल नाटक करण्यासारखाच तो प्रकार झाला होता. तो दोष उशिरा का होईना – आज 'स्त्री आणि पुरुष' ही गोष्ट या संग्रहात घालून मी दूर करीत आहे.

◆

'स्त्री आणि पुरुष' ही गोष्ट मी १९४८ साली लिहिली.

या गोष्टीची कल्पना अनेक वर्षे माझ्या मनात घोळत होती.

पळापळाला वाढत जाणाऱ्या वादळाप्रमाणे किंवा क्षणोक्षणी दाटत जाणाऱ्या काळोखाप्रमाणे गेल्या आठ-दहा वर्षांत आपल्याकडे काळ्या बाजाराची जी वाढ होत गेली, तिने या कथेतली पार्श्वभूमी मला दिली. पण या कथेचा आत्मा केवळ काळ्या बाजाराच्या चित्रणावर अथवा त्याने निर्माण होणाऱ्या अनर्थावर अवलंबून नाही. या कथेत जीवनातला एक सनातन संग्राम नव्या पार्श्वभूमीवर चित्रित करण्याचा मी प्रयत्न केला आहे. ही गोष्ट मासिकातून प्रसिद्ध झाली तेव्हा सर्वसामान्य वाचकांना आवडली. मात्र स्वत:ला बुद्धिनिष्ठ अथवा बुद्धिवादी म्हणविणाऱ्या विविध वाचकांच्या मनांवर तिच्या ज्या प्रतिक्रिया झाल्या त्या मोठ्या मौजेच्या होत्या. त्यांतली फक्त तीनच उदाहरणे येथे देतो.

साठीकडे आलेले एक सुशिक्षित, सुखवस्तू पेन्शनर. वादविवादाची खूप खुमखुमी असलेले. या सद्‍गृहस्थांच्या वाचनात ही गोष्ट आली. माझी त्यांची गाठ पडल्यावर ते मोठा गंभीर चेहरा करून म्हणाले, "तुमची ती गोष्ट वाचली बुवा. पण तुम्हाला काय सांगायचंय हे काही केल्या मला नीट कळलं नाही." त्यानंतर एक साहित्यिक भेटले. त्यांनीही ही गोष्ट वाचली होती. त्यांनी माझ्यावर निराळ्याच दृष्टीने सरबत्ती सुरू केली. त्यांच्या टीकेचे पालुपद एकच होते – "त्या इब्सेननं आपल्या नायिकेला घर सोडून जायला लावल्यापासून तुम्हा लेखकांना दुसरं-तिसरं काही सुचेनासं झालं आहे. जो उठतो तो आपल्या नायिकेला घराबाहेर काढतो!" पुढे काही दिवसांनी एक अपरिचित सुशिक्षित मुलगी मला भेटायला आली. या गोष्टीकडे तिने या दोन्ही गृहस्थांपेक्षा अगदी निराळ्या दृष्टीने पाहिले होते. 'स्त्री आणि पुरुष' या कथेत मी उपस्थित केलेला प्रश्न आज-उद्याच्या आपल्या सामाजिक परिस्थितीत अतिशय महत्त्वाचा आहे, हे तिला जाणवले होते. मात्र त्याची ज्या तऱ्हेने मी मांडणी केली होती तिने तिचे मन थोडेसे साशंक व कातर झाले होते. आपल्या समाजात प्रेमविवाह – खराखुरा प्रेमविवाह – क्वचितच होतो. भावी पतिपत्नींना एकमेकांच्या रूपाची, शिक्षणाची, सांपत्तिक परिस्थितीची, फार काय परस्परांना आवडणाऱ्या पक्वान्नांची आणि आवडत्या बोलपटांचीसुद्धा माहिती आपल्याकडे होऊ शकते. त्यांना कळत नाही फक्त एक गोष्ट! ती म्हणजे परस्परांचे स्वभाव! अशा परिस्थितीत लग्नानंतर पतीच्या जीवनविषयक कल्पना जर एखाद्या

पत्नीला पटल्या नाहीत तर तिने काय करावे? घर सोडून जाण्याखेरीज तिला दुसरा मार्गच नाही काय, असा त्या मुलीने मला स्पष्ट प्रश्न केला.

माझ्या या तीन टीकाकारांपैकी पहिल्या दोघांचे समाधान करण्याच्या फंदात मी पडलो नाही. काही-काही माणसे मोठी विलक्षण असतात. टीकेकरिता टीका हे त्यांचे ब्रीद असते. देवाने माणसाला नाक दिले आहे ते मुरडण्याकरिताच, अशी त्यांची ठाम समजूत झालेली दिसते. 'न जाणे न नेणे अशा पामराला। बुझावूं शकेना विधाता तयाला' या ओळीत कवीने त्यांचे कधीच वर्णन करून ठेवले आहे. त्या सुशिक्षित, सुखवस्तू पेन्शनरांनी माझ्या गोष्टीवर इतर कोणताही आक्षेप घेतला असता, तर मला त्याचे काही वाटले नसते. पण तिच्यातून मी जे सूचित केले आहे ते आपल्याला बिलकूल कळले नाही, असा त्यांनी आणलेला आव शुद्ध ढोंगीपणाचा होता. दैनंदिन जीवनात पैसा कितीही आवश्यक असला, किंबहुना आधुनिक काळात पैसा हा माणसाचा सहावा प्राण झाला असला, तरी त्याने तो कसा मिळवावा या प्रश्नाचे उत्तर काही मोठे गहन अथवा क्लिष्ट नाही. कष्टाचा, बुद्धीच्या अथवा शरीराच्या श्रमांतून निर्माण झालेला, निढळाच्या घामाने भिजलेला असा पैसा केव्हाही पवित्रच आहे. पण ज्या पैशांच्या मागे शारीरिक अथवा बौद्धिक श्रम नाहीत, इतकेच नव्हे, तर विषमतेवर आधारलेल्या सध्याच्या समाजरचनेतल्या अगदी ढोबळ अशा नीतिनियमांनासुद्धा पायाखाली तुडवून जो पैसा संपादन केला जातो, त्याच्याकडे माणुसकीची चाड असणाऱ्या समाजाने तिरस्कारानेच पाहिले पाहिजे असे मला वाटते.

पूर्वकाळी समाजरचना सध्याइतकी गुंतागुंतीची नव्हती. तिची परंपरागत आर्थिक चौकट बदलण्याचा कोणीही सहसा प्रयत्न करीत नसे. लोभी माणसे त्या काळीही होती. पण यंत्रयुगाने, गुंतागुंतीच्या समाजरचनेने आणि शास्त्रीय शोधांनी पूर्वीचा मैल आज इंचाहूनही लहान केल्यामुळे मनुष्याच्या अंध स्वार्थाला सारे जग मोकळे झाले आहे. त्याचा लोभ हा सर्कशीतल्या पिंजऱ्यातून बाहेर पडलेल्या वाघासारखा मोकाट सुटला आहे. प्राचीन काळी अशी परिस्थिती नव्हती. त्यामुळे पापाचा पैसा हा आधुनिक मानव समाजाचा जेवढा मोठा शाप होऊन बसला आहे, तेवढा तो जुन्या काळी नव्हता. आज या शब्दप्रयोगाला पूर्वीपेक्षा कितीतरी अधिक कटू आणि भीषण अर्थ आला आहे. आजच्या

जगातील निम्मी – कदाचित शेकडा ऐंशीसुद्धा असतील – दुःखे पापाच्या पैशांने निर्माण केली आहेत. निढळाच्या घामाऐवजी निष्पापांच्या रक्ताने तो पैसा माखलेला असतो. 'स्त्री आणि पुरुष' या कथेतला सदानंद हळूहळू मोहाला बळी पडून जे करतो, ते पंचमहापातकांहूनही भयंकर असे पाप आहे, हे न कळण्याइतके ते पेन्शनर अडाणी नव्हते. पण त्यांच्या त्या उद्‌गारांत सामाजिक गोष्टींच्या नैतिक मूल्यांविषयी आपल्याकडे सर्रास आढळणारी बेफिकिरी होती. पाप-पुण्याच्या कल्पनांविषयीची पूर्णपणे रूढ होऊ लागलेली बधिरता होती.

या बधिरतेने आपल्या आजच्या सुशिक्षित समाजाच्या बुद्धीला ग्रहण लागले आहे. जीवनात आपण नुसते प्रवाहपतित झालो आहोत. प्रवाहाविरुद्ध पोहण्याचे सामर्थ्य तर आपल्या अंगी नाहीच, पण ते धैर्य दाखविणाऱ्या माणसाच्या साहसाची किंवा त्याच्या जागृत आत्म्याची पूजा करायला मनाचा निर्मळपणासुद्धा आपल्यापाशी उरलेला नाही. जीवनविषयक मूल्यांच्या बाबतीत आपली घसरगुंडी होत चालली आहे- अगदी विमानाच्या वेगाने! पदोपदी तोंडाने आपण जुन्या भारतीय संस्कृतीचे पोवाडे गात असतो. पण त्याच वेळी नवी यांत्रिक संस्कृती आणि व्यक्तीचा अनिर्बंध लोभ यांच्या पोटातून जन्माला आलेल्या चित्रविचित्र पापांनी आपले हात लडबडून जात असतात. आपला झगडा यंत्रांशी नसून विषमतेला अंधपणे साहाय्य करणाऱ्या यांत्रिक संस्कृतीशी आहे याची कल्पना सहसा कोणाला असत नाही. पाप-पुण्याच्या कल्पनांचे चिरंतन निकष आपल्यापाशी आता उरलेले नाहीत. पूर्वी धर्म मनुष्याचे जीवन नीतिदृष्ट्या थोडेफार नियंत्रित करीत असे. आता ते बंधन उरलेले नाही. तेवढाच प्रभाव असलेले नवे सामाजिक बंधन निर्माण झालेले नाही. जे असंख्य लोक करतात ते आपण करायला काय हरकत आहे, ही पाच रुपये लाच घेणाऱ्या कारकुनापासून पाच लाखांचा काळाबाजार करणाऱ्या कारखानदारापर्यंत सर्वांचीच समजूत होऊन बसलेली दिसते. ते सभ्य सुशिक्षित पेन्शनर अशा लोकांचेच प्रतिनिधी होते. हे लोक दररोज गीतापाठ करतील, डोक्यावर पांढरी टोपी ठेवतील; पण सदसद्विवेकबुद्धीची गीता आणि अंतःकरणाचा धूम्रपणा यांची मात्र कदर करणार नाहीत.

इब्सेनच्या 'डॉल्स हाउस' या नाटकाच्या शेवटी नोरा गृहत्याग

करते. आपला संसार हा निव्वळ भातुकलीचा खेळ आहे. भातुकलीतल्या बाहुलीपेक्षा आपली या घरात अधिक किंमत नाही, या भावनेने ती तो निर्णय घेते. 'स्त्री आणि पुरुष'मधली मायाही अशीच घराबाहेर पडते. या दोघींच्या कृतींत असे साम्य असले, तरी त्यांच्या मन:स्थितीत मात्र ते मुळीच नाही. 'डॉल्स हाउस' मधील नोरा, उशिरा का होईना, जागृत झालेल्या स्त्रीत्वाच्या अभिमानाने रसरसलेली आहे. मायाची स्थिती तशी नाही. कथेच्या शेवटी तिचे शरीर आपल्या घरात जाऊ इच्छिते. त्याच्याशी ज्या नाजूक बंधनाने ती निगडित झाली आहे ते ताडकन तोडताना तिला प्राणांतिक वेदना होतात. पण तिचा जागृत झालेला आत्मा तिला घरात परत पाऊल टाकू देत नाही. कथेतल्या शेवटच्या भागावरून हे अगदी स्पष्ट दिसून येण्याजोगे आहे. तिथले वर्णन असे आहे – मायाचे एक पाऊल दाराच्या उंबऱ्याबाहेर होते. दुसरे आत होते. पोटातल्या बाळजीवाचे आणि त्याच्या भविष्याचे चित्र डोळ्यांपुढे उभे राहताच तिचे मन घुटमळले. तिची पावले जागच्या जागी थबकली. बाहेर टाकलेले पाऊल आत घ्यावे असा विचार तिच्या मनात आला. सदानंदाने तिच्या खांद्यावर हात ठेवून लाडकेपणाने गोड हाक मारली, 'माया...'. तिने आपल्या पतीकडे वळून पाहिले. त्याच्या गळ्याला मिठी मारावी आणि त्याच्या कुशीत डोके खुपसून आपल्या हृदयाचा हा सारा विचित्र भार हलका करावा असे तिला क्षणभर वाटले. पण लगेच प्रवासात पाहिलेल्या अर्धनग्न मृत बाईची ती भेसूर मुद्रा तिला दिसू लागली. एकदम ते प्रेत बोलू लागले... राधा-कृष्णाच्या मंदिरातून कीर्तनकाराचे शब्द ऐकू येऊ लागले, 'अंतरिंचा ज्ञानदिवा मालवूं नको रे!'

सदानंद आणि माया यांच्यांतला संघर्ष दुष्ट आणि सुष्ट यांच्यांतला नाही. तो अपहार आणि धर्म यांच्यामधला संघर्ष आहे.

इब्सेनचे अंधानुकरण करून आम्ही साहित्यिकांनी घरातल्या बायका बाहेर काढण्याची मोहीम सुरू केली आहे अशी समजूत करून घेणाऱ्या माझ्या नंबर दोनच्या आक्षेपकांची भूमिका किती निराधार आहे हे यावरून कळून येईल. पहिल्या पेन्शनरांना कथेतल्या सामाजिक आशयांशी जसे काही कर्तव्य नव्हते तशी या साहित्यिकांनाही त्या भानगडीत पडण्याची इच्छा नव्हती. असली मंडळी तंत्र, भाषाशैली, वाङ्मयचौर्य

इत्यादी गोष्टींचा ऊहापोह कसोशीने करतात. पण ललित वाङ्मयाचा गाभा असलेला जो विशाल दृष्टिकोन – जीवनाचा अर्थ समजावून सांगणारी, मानवाकडे मुंगीच्या डोळ्यांनी पाहणारा आत्मा – त्याच्याविषयी किंवा त्याच्यातून सूचित होणाऱ्या कथेच्या सामाजिक बैठकीविषयी चर्चा करण्याच्या भानगडीत ती सहसा पडत नाहीत.

या दोघांपेक्षाही माझ्या तीन नंबरच्या टीकाकाराने – त्या सुशिक्षित मुलीने – माझी कथा अधिक रसिकतेने आणि मार्मिकतेने वाचली आहे, असे मला वाटते. आजचे एक विचित्र सामाजिक दुःख या गोष्टीत सांगण्याची लेखक धडपड करीत आहे हे तिला जाणवले होते. ज्या तऱ्हेने कथेचा शेवट मी केला आहे, तो तिला मान्य नव्हता. तिच्या आक्षेपाचे मर्म मला कळू शकते. पांढरपेशा समाजातली कुठलीही स्त्री सहसा गृहत्याग करू शकत नाही. कोंडलेली मांजरी आपल्याला छळणाऱ्याच्या नरड्यावर एक वेळ उडी मारील, पण चोहीकडून कोंडमारा झालेली मध्यम वर्गातली स्त्री? ती फक्त रडेल, तडफडेल! अशा स्त्रीला स्वावलंबी होणे पूर्वीपेक्षा आता जास्त शक्य झाले आहे हे खरे. पण केवळ स्वावलंबनाने स्त्रीचे जीवन पूर्ण होऊ शकत नाही. तिला स्वातंत्र्याइतकेच किंबहुना स्वातंत्र्याहूनही अधिक आकर्षण दोन गोष्टींबद्दल वाटते. प्रीती आणि वात्सल्य या त्या दोन भावना! या दोन्ही भावनांची तृप्ती घरातच होण्याची शक्यता असते. अशा घराकडे पाठ फिरविणे, आपला पती सामाजिकदृष्ट्या गुन्हेगार आहे, या जाणिवेने आलेला अस्वस्थपणा दूर करण्याकरिता आयुष्यातल्या सर्व सुखांवर पाणी सोडायला तयार होणे ही काही साधी गोष्ट नाही. सामान्य स्त्रीच्या हातून ती होणार नाही याची मला पूर्ण जाणीव होती. म्हणूनच मायाचे मन अत्यंत संस्कारक्षम होते, लहानपणापासून सौजन्य व साधुत्व यांचे संस्कार तिच्यावर उत्कटत्वाने होत आले होते असे मी आवर्जून सूचित केले आहे. तिचा पिता खराखुरा गांधीवादी होता. देशाच्या स्वातंत्र्याकरिता महात्माजींनी केलेल्या अनेक लढ्यांत त्याने जातीने भाग घेतलेला होता. साहजिकच त्याला दारिद्र्याशी मैत्री करावी लागली. तीही त्याने हसतमुखाने केली. तिचे बाळपणचे मन या वातावरणात फुलत गेले आहे. कॉलेजमध्ये ती वामनराव जोशी यांच्या हाताखाली शिकली. वामनराव जोशी हे एक थोर अध्यापक व श्रेष्ठ साहित्यिक होते हे तर खरेच, पण व्यक्ती या

नात्याने ते त्याहूनही थोर होते. त्यांचे सारे आयुष्य सहृदय तत्त्वचिकित्सेत – अशी चिकित्सा कादंबऱ्यांतून आणि निबंधांतून सर्वसामान्य वाचकापर्यंत पोचविण्यात, जीवनविषयक उच्च आणि उदात्त मूल्यांवर चढलेला गंज दूर करण्यात – गेले. अशा सत्त्वशील गुरूच्या सहवासात मायाची विद्यार्थिदशा गेली आहे. हे संस्कार घेऊन आलेल्या कोमल पण निग्रही मनाच्या तरुणीला विवाहानंतर आपला पती पापी आहे, तो सामाजिक नीतिमूल्यांची कदर करीत नाही, आपल्या लोभाच्या पायी किती निष्पाप जीवांचे आपण बळी घेत आहोत याची कल्पनाही त्याला करता येत नाही, असे आढळून आल्यानंतर तिच्यापुढे जी समस्या उभी राहील तीच मी या गोष्टीत चित्रित केली आहे. मायाचे पतीवर प्रेम आहे. आधुनिक काळातल्या सुशिक्षित तरुणीने पतीसाठी जे-जे करायला हवे ते-ते तिने केलेले आहे, तो मोठा व्हावा अशी तिची इच्छा आहे, नाही असे नाही. पण ते मोठेपण पापाने माखलेले असता कामा नये अशी तिच्या संस्कारी मनाची श्रद्धा आहे. तिलाही सुख मिळालं तर हवंच आहे. जगात ते कोणाला नको असते? पण ते सुख दुसऱ्याच्या दुःखावर उभारलेले, त्याच्या डोळ्यांतल्या पाण्याने आणि काळजातल्या आगीने शिजविलेले असता कामा नये असे तिचे लहानपणापासून सात्त्विक संस्कारात वाढलेले मन अट्टाहासाने म्हणते. हे तिचे जीवनविषयक तत्त्वज्ञान आहे. तिचा व सदानंदाचा संघर्ष इथेच सुरू होतो. सदानंद स्वभावतः दुष्ट नाही. तो चारचौघांसारखा – हजारो-लाखोंसारखा म्हणणे अधिक योग्य होईल – आहे. तो महत्त्वाकांक्षी असला तरी मायावर त्याचे खरेखुरे प्रेम आहे. ती सुखी व्हावी, नाजूक फुलांचा गुच्छ उन्हाची झळ लागू नये म्हणून पाणी घालून सुंदर पुष्पपात्रात जसा आपण ठेवतो तसे मायाला आपल्याला ठेवता यावे अशी त्याची उत्कट इच्छा आहे. ती मनुष्यस्वभावाला सोडून आहे असे कोण म्हणू शकेल? अशा परस्परांवर प्रेम करणाऱ्या आणि एकमेकांना सुखी ठेवण्याकरिता धडपडणाऱ्या पतिपत्नीमध्ये पैसा कोणत्या मार्गाने मिळवावा याविषयी संघर्ष उत्पन्न होतो. हा संघर्ष जिला जाणवेल, इतकेच नव्हे तर त्यात होणाऱ्या जखमा सोसण्याइतकी शक्ती जिच्या अंगी असेल अशीच नायिका मला या गोष्टीत हवी होती. अखेर ती घर सोडून जाते, हा शेवट मला भेटायला आलेल्या त्या सुशिक्षित मुलीला पसंत नव्हता.

अनेक वाचकांनाही तो आवडणार नाही. याचे मुख्य कारण आपण अद्यापिही कौटुंबिक मनोवृत्तीचेच राहिलो आहोत हे होय. सामाजिक सुधारणेच्या आणि क्रांतीच्या गोष्टी पन्नास वर्षे करूनही सामाजिक मनापासून आपण अजून दूर आहोत. कुटुंबात भांडणे असोत, मतभेद असोत – आपण त्यांच्यावर पांघरूण घातले पाहिजे, परंपरागत समाजव्यवस्था काही केल्या आपण मोडू देता उपयोगी नाही ही यंत्रयुगापूर्वीच्या राहणीला पोषक असलेली कल्पनाच आपल्या मनामध्ये दृढमूल होऊन बसलेली आहे. प्रत्यक्ष व्यवहारात एकत्र कुटुंबपद्धतीचे तीन-तेरा केव्हाच झाले आहेत. पण अजून रंगभूमीवर व चित्रपटाच्या पडद्यावर गुण्यागोविंदाने एकत्र नांदणाऱ्या भावांचा नि जावांचा जयजयकार केला जात आहे. अत्र्यांच्या 'राजाराणी' चित्रपटापासून रांगणेकरांच्या 'माझे घर'पर्यंत आपणाला एकच नमुना सर्वत्र दृष्टीला पडतो. हे एक प्रकारचे सामाजिक स्वप्नरंजन आहे. भूतकाळात विलीन झालेल्या गोष्टीकडे केवळ स्वप्नाळू डोळ्यांनी पाहून कुणीच भविष्यकाळ घडवू शकत नाही. पण हे अजून आपल्याला उमजायचे आहे. आजच्या सामाजिक समस्या विविध कारणांनी निर्माण झालेल्या आहेत. एकीकडे जीवन यांत्रिक आणि म्हणूनच सर्वस्वी अर्थप्रधान होऊ पाहत आहे. दुसरीकडे समतेचे निशाण सर्व सामाजिक क्षेत्रांत जोरजोराने फडफडू लागले आहे. अशा वेळी जे जीवनविषयक कूटप्रश्न उत्पन्न होतात त्यांची उत्तरे गोड गुळगुळीत शेवट असणाऱ्या गोष्टींनी, स्वप्नरंजनावर आधारलेल्या तत्त्वज्ञानाने किंवा आत्मवंचना करून घेणाऱ्या पोकळ सांस्कृतिक विचारांनी देता येणार नाहीत. ती तशी देणे इष्टही नाही. एवढ्यासाठीच माया व सदानंद यांच्यांतला संघर्ष मी तीव्रतेने चित्रित केला. पतीच्या पापाची शिसारी येऊन घर सोडून जाणारी पत्नी लाखात एखादीच मिळायची हे मी जाणून आहे. त्यातही ते पाप परंपरागत नाही. नवरा दुसऱ्या बाईच्या नादाला लागल्यामुळे त्याच्यावर रागावून घर सोडून जाणारी बायको आम्हाला कळू शकते, प्रसंगी आवडू शकते; पण आपल्यावर प्रेम करणारा आणि आपल्याला सुखात ठेवणारा नवरा ज्या मार्गाने पैसा मिळवीत आहे तो पापाचा आहे, त्याच्या महत्त्वाकांक्षेच्या रथाखाली शेकडो गोरगरीब नित्य बळी दिले जात आहेत या जाणिवेने पतीला विरोध करणारी पत्नी अजून आपल्याला कळू शकत नाही. पण

हा आणि असेच अनेक नवे उग्र संघर्ष आणि त्यांतून उद्‌भवणाऱ्या समस्या यापुढे आपल्या जीवनात अटळ आहेत. केवळ व्यक्तीच्याच दृष्टीने नव्हे तर सामाजिक दृष्टीनेही त्यांची प्रामाणिक उत्तरे देण्याचा प्रयत्न आपण केला पाहिजे.

'स्त्री आणि पुरुष' मधली मायाची सामाजिक दृष्टी आपल्या आज-उद्याच्या जीवनविकासाला अत्यंत आवश्यक आहे असे मला वाटते. कारण या गोष्टीतला संघर्ष तसे पाहिले तर प्रतीकात्मक आहे. मानवतेची अंतिम मूल्ये आणि आज झालेले त्यांचे अवमूल्यन यांचा तो झगडा आहे. ती शरीर आणि आत्मा यांच्यामधली लढाई आहे. चिरंतन स्त्रीमन आणि परंपरागत पुरुषमन यांच्यातला तो संग्राम आहे. खरी आणि खोटी जीवनमूल्ये पारखण्याकरिता मानवी मन जी सदैव धडपड करीत असते तिचे आजकालचे प्रतिबिंब या दृष्टीने या गोष्टीकडे आपण पाहिले पाहिजे. त्यामानाने माया घर सोडून गेली की नाही या घटनेला दुय्यम स्थान आहे.

स्त्रीमन आणि पुरुषमन हे शब्द मी वर वापरले. मानसशास्त्रावरल्या पाश्चिमात्य पुस्तकांची पोपटपंची करणारे पंडित या शब्दांना हसतील हे मी जाणून आहे. 'माणसाचं मन कुठंही झालं तरी एकच असतं, त्यात स्त्रीमन आणि पुरुषमन असे फरक होऊ शकत नाहीत. उद्या तुम्ही स्त्रीची जीभ व पुरुषाची जीभ यांतही अंतर आहे असे म्हणू लागाल' अशी ही मंडळी माझी थट्टा करतील. सुशिक्षित स्त्रियांनाही हा दोन मनांचा फरक प्रथमदर्शनी आवडणार नाही. स्त्रीला पुरुषापेक्षा कमी लेखण्याच्या ज्या जुनाट क्लृप्त्या आहेत त्यांचीच ही एक नवीन बहीण आहे, अशा प्रकारचे विचार त्यांच्या मनात येतील. दुर्दैवाने समतेच्या अनेक भ्रामक कल्पनांनी त्यांनाही झपाटले आहे. जे जे पुरुष करतो ते ते स्त्रीने केले पाहिजे, त्याच्यापेक्षा आपण कोणत्याही दृष्टीने कमी नाही हे तिने सदैव सिद्ध करीत राहिले पाहिजे अशा प्रकारच्या अट्टाहासाला समता मानण्याची प्रवृत्ती आपल्यात अद्यापिही ठिकठिकाणी आढळत आहे. पण मला जशी ही समतेची विकृत कल्पना मान्य नाही, त्याप्रमाणे स्त्रीमनाचा विकास पुरुषाच्या मनाच्या पद्धतीनेच होतो हेही पटत नाही. बुद्धीत स्त्री पुरुषाची सहीसही बरोबरी करील, पण तिच्या भावना पुरुषापेक्षा नेहमीच थोड्याफार निराळ्या राहतील. निसर्गानेच तिला तशी घडविली आहे.

यात तिचा कमीपणा मुळीच नाही. असला तर थोडा मोठेपणाच आहे. प्रीती आणि वात्सल्य यांना पुरुषाच्या आयुष्यातसुद्धा महत्त्वाचे स्थान आहे हे खरे, पण स्त्रीच्या जीवनाइतक्या पुरुषजीवनाला या भावना व्यापून टाकीत नाहीत. पुरुषमन पराक्रमावर दीर्घ काळ संतुष्ट राहू शकते, पण सर्वसामान्य स्त्रीमनाचे समाधान केवळ पराक्रमाने होत नाही. पराक्रमात अनेकदा दुसऱ्यावर आक्रमण करण्याचा भाग येतो. कलानिर्मिती, शास्त्रसंशोधन, मानवसेवा वगैरे पराक्रमाचे काही उच्च आणि निरपेक्ष प्रकार आहेत हे खरे; पण या प्रकारांत यश मिळविणारे पुरुष व्यवहारात यशस्वी ठरणाऱ्या पुरुषांपेक्षा निराळ्या प्रवृत्तीचे असतात. त्यांच्या मनाचे स्त्रीमनाशीच अधिक साम्य असते. गांधीजींपासून सानेगुरुजींपर्यंत अनेक थोर पुरुषांची जीवने ही गोष्ट सिद्ध करतील. परंतु सर्वसामान्य पुरुषाची प्रवृत्ती मात्र अशी त्यागी अथवा भावनानिष्ठ नसते. सत्ता, कीर्ती, संपत्ती यांच्यामागे तो धावत असतो. या साऱ्या गोष्टी त्याज्य आहेत अशातला भाग नाही; पण त्या कैफ आणणाऱ्या आहेत, माणसाला मोहवश करणाऱ्या आहेत, तो बेसावध राहिला तर त्याची जीवनमूल्ये विकृत करणाऱ्या आहेत. या गोष्टींनी जो कैफ चढतो त्याचा आस्वाद अधिकाधिक मिळावा असे वाटू लागल्यामुळे पुढे पुरुष नीतीच्या साऱ्या मर्यादा विसरून जातो, उच्च जीवनमूल्ये पायाखाली तुडवितो आणि व्यवहारदृष्ट्या कीर्तिमान, सत्ताधारी व वैभवशाली बनतो. सत्ता आणि संपत्ती ही मद्यपानाहून हजारो पटींनी भयंकर अशी व्यसने होऊ शकतात.

इतिहासात काही स्त्रियांनी या बाबतीतही पुरुषांशी स्पर्धा केली आहे असे दिसून येईल. पण सर्वसामान्य स्त्री तसे वागू शकत नाही; तशा वागणुकीने ती सुखीही होत नाही. वैयक्तिक आणि कौटुंबिक जीवनात तिची सारी सुखे, प्रीती व वात्सल्य यांच्या विकासावर अवलंबून असतात. याच भावनांनी तिचे जीवन घडविले जाते. त्या सहजासहजी तिला दूर फेकून देता येत नाहीत. निसर्गाशी वैर करणे इतके सोपे नसते. साहजिकच बुद्धिवान व संयमी स्त्रीचा सामाजिक व्यवहारांशी संबंध आला की ती याच भावनांनी विकसित झालेल्या दृष्टीने जगाकडे पाहू लागेल. पिढ्यान् पिढ्या संकुचित कौटुंबिक वातावरणात, तिथल्या सर्व आप्तेष्टांचे आवश्यक व अनावश्यक कष्ट उपसण्यात आणि बाहुलीप्रमाणे

नटूनथटून घरकुलात मिरविण्यात जीवन गेले असल्यामुळे मध्यम वर्गातल्या त्या स्त्रीला आपल्या या सुप्त आत्मिक सामर्थ्याची अद्यापि पुरेशी कल्पना नाही. घराच्या चार भिंतीबाहेर पडल्यानंतर पुरुषाची बरोबरी करूनच आपण सुखी होऊ शकू असे तिला अद्यापि वाटत आहे. पण बहुतेक पराक्रमी व व्यवहारी पुरुषांत जी एक प्रकारची सामाजिक भावनांची बधिरता सहजासहजी येते, ती तिला साधणे कठीण आहे. निसर्गाने तिचे मन तसे घडविलेले नाही. तिचे शरीर व त्याबरोबरच तिचे मन यांचे मुख्य कार्य वात्सल्याचा आविष्कार करणे हे आहे – मग ते वात्सल्य चार भिंतींच्या आत प्रकट होवो वा त्या भिंतीबाहेरच्या विशाल जगात व्यग्र होवो! जिथे वात्सल्य जिवंत असते तिथे मानवता धर्माच्या कल्पना सुस्पष्ट होत जातात. अशा मनाला पापपुण्याची जाणीवही तीव्रतेने होते. समाजातले हजारो लोक एखादी गोष्ट करतात म्हणून ती तत्त्वत: गलिच्छ नाही असे या मनाला कधीच वाटणार नाही. ज्या विशिष्ट भावनेने स्त्री प्राचीन काळापासून आपल्या शरीराच्या पावित्र्याला जपत आली आहे त्याच भावनेने यापुढे ती सामाजिक पावित्र्याला जपण्याचा प्रयत्न करील. मायाचे चित्रण हा अशा उद्याच्या स्त्रीचा एक अत्यंत अस्पष्ट असा नमुना आहे.

स्त्रीमन आणि पुरुषमन यांच्यात मी केलेला फरक ही ललित लेखकाच्या कल्पनेची एक स्वैर लहर नाही. थाडीशी भांग घेतली म्हणजे हव्या तेवढ्या कल्पना सुचतात असे लोकमान्य टिळक म्हणत असत. तशा प्रकारच्या कल्पना ललित लेखकाला फारशा उपयोगी पडू शकत नाहीत. त्याच्या जीवनचित्रणालाही शास्त्रीय सत्यांचा आधार असावाच लागतो. त्या दृष्टीने या बाबतीत Oswald Schwarz या शास्त्रज्ञाचे मत मी मुद्दाम आपल्याकडल्या पढीक पंडितांना सादर करतो. तो म्हणतो –

The Woman does not live outside things, making contact with them when they approach her. She is immediately, intimately, essentially one with everything existing – people, animals, nature. This state of oneness is the form of existence of primitive races and children, it is the basis of religious mysteries, the mother-child relationship and human gregariousness... This oneness is the source of female sympathy and commiseration, which is not feeling with the suffering of another person but feeling the same suffering as the person through a process of identification or still better a state of identity. For women are not with that is by the side of their fellow-beings, human or animals or things – but just parts of an all-embracing whole. For the same reason women cannot live alone. They must belong to someone or something. This togetherness is their way of existing and taken away from these contacts they wither like love-birds, isolated they feel senseless and silly.

पुरुषापेक्षा स्त्री निसर्गत: किती निराळी आहे, याविषयीचे सदरहू शास्त्रज्ञाचे सूक्ष्म विवेचन त्याच्या *The psychology of sex* या पुस्तकातल्या *Differential psychology of the sexes* या प्रकरणातून मुळातच वाचले पाहिजे. व्यक्तीशी, प्राण्याशी किंवा निसर्गाशी स्त्री चटकन एकरूप होते, ती कुठल्याही गोष्टीवर दुरून किंवा बाहेरून प्रेम करीत नाही, ही या शास्त्रज्ञाची विधाने नि:संशय विचारणीय आहेत. त्यामुळेच पुरुषासारखी ती एकाकी राहू शकणार नाही. कुणाचा तरी आधार घेणे किंवा कुणाला तरी आधार देणे, ही श्वसनाइतकीच तिची नैसर्गिक क्रिया आहे. चेकॉव्हने 'डार्लिंग' या आपल्या अप्रतिम गोष्टीत स्त्रीमनाच्या चिरंतन तत्त्वाचा केलेला कलात्मक आविष्कार ज्यांनी वाचला असेल, त्यांना शास्त्रज्ञ व कलावंत हे बाह्यत: एकमेकांपासून फार दूर असले तरी जीवनाच्या सूक्ष्म दर्शनातली त्यांची ही एकरूपता पाहून आनंदयुक्त आश्चर्य वाटल्यावाचून राहणार नाही.

सदरहू शास्त्रज्ञाची या बाबतीतली अनेक स्पष्ट व सडेतोड विधाने विचारणीय आहेत. तो म्हणतो, *The Essential Conflict in woman's existence is that she has a brain as well as a womb.* (स्त्रीचे जीवन निसर्गानेच द्विधा केलेले आहे. त्याने तिला नुसती बुद्धीच दिली नाही, मातृत्वाचे कार्यही तिच्याकडेच सोपविले आहे.) तो पुढे लिहितो, *It would be most unfair to attribute this conflict to social circumstances alone; it is something much bigger, a case of dual loyalty, so to speak.* (स्त्री-जीवनातल्या या संघर्षाचा दोष सामाजिक परिस्थितीवर लादणे असंमजसपणाचे आहे. त्याचा उगम जीवनाच्या मूलभूत गोष्टीतच आहे. स्त्रीची निष्ठा दुहेरी असावी अशी

निसर्गाचीच योजना आहे.)

ही पार्श्वभूमी लक्षात घेऊन 'स्त्री आणि पुरुष' ही गोष्ट वाचणाऱ्यांना ती अवास्तव वाटणार नाही, अशी माझी खात्री आहे.

◆

स्त्रीच्या नैसर्गिक भावना, त्यांच्याद्वारा होणारा तिच्या जीवनाचा विकास इत्यादी गोष्टींबद्दल लिहिताना हॅम्लेटची आई किंवा मॅक्‌बेथची बायको ही ललितवाङ्मयातील स्वभावचित्रे आणि थोड्याफार फरकाने सत्यसृष्टीत क्वचित आढळणारी त्यांची प्रतिबिंबे यांचा विसर मला पडलेला नाही. पण अशा लोकविलक्षण व्यक्ती स्त्रियांत काय किंवा पुरुषांत काय अपवादभूतच समजल्या पाहिजेत. आपण सर्वसामान्य माणसे कुठल्याच बाबतीत – ती बाब चांगली की वाईट हा प्रश्न निराळा – अशा प्रकारे उत्कट व अमर्याद होऊ शकत नाही. उत्कट प्रकृतीची पात्रे साहित्यकाराला उपयुक्त असली तरी सामाजिक समस्यांचा विचार सर्वसामान्य मनुष्याच्या पातळीवरूनच करणे इष्ट असते. त्या दृष्टीनेच मी वर व्यक्त केलेल्या विचारांकडे वाचकांनी पाहावे.

मात्र हे पाहणे आज अगदी निकडीचे होऊन बसले आहे, असे मला वाटते. जीवनातल्या इतर क्षेत्रांप्रमाणे स्त्रीमन, स्त्रीशिक्षण व स्त्रीजीवन या क्षेत्रांतही आपण अंधळेपणाने – विलक्षण वेगाने ओढून नेणाऱ्या प्रवाहाकडे पाहणे अशक्य झाल्यामुळे डोळे मिटून घेऊन वाहत जाणाऱ्या मनुष्याप्रमाणे म्हणू या हवे तर – चाललो आहो. गाडीने रूळ भराभर बदलले. ते बदलून खूप काळ लोटला. पण तिचा खडखडाट अद्यापि थांबलेला नाही. ती ज्या दिशेने जात आहे ती बरोबर आहे की नाही अशी शंकासुद्धा अधूनमधून मनात येते. स्वातंत्र्य मिळाल्यापासून ही शल्ये आपल्या मनाला अधिकच टोचू लागली आहेत. वाङ्मयाचे काम त्यांची तीव्रता प्रचीत करून देण्याचे. 'स्त्री आणि पुरुष' या गोष्टीने तशी थोडीशी प्रचिती वाचकांना दिली, तर मला आनंद होईल.

कोल्हापूर — वि. स. खांडेकर

२-२-१९५२

अबोली

वि. स. खांडेकर

'...कथाबीजं दाही दिशांनी मनात येऊन पडतात-- प्रत्यक्ष अनुभवलेल्या एखाद्या भावनेच्या छटेपासून तो सहजगत्या कानांवर पडलेल्या एखाद्या चार-दोन ओळींच्या घटनेपर्यंत.
अशा अनेक अनुभवांत कथाबीजं लपलेली असतात; पण ती सारीच फुलवण्याचं सामर्थ्य पुष्कळांच्या अंगी नसतं. मीही त्याला अपवाद नाही.
झोपलेलं माणूस एकदम काही तरी टोचल्यामुळं जागं व्हावं, त्याप्रमाणं ज्या अनुभूतीनं संवेदना सचेतन होते आणि कल्पना, भावना आणि विचार यांच्या त्रिवेणी संगमानं न्हाऊ लागते, तीच पुढं स्वत:ला हवं तसं कथारूप धारण करू शकते.
अशा रीतीनं गेली पन्नास वर्षं मी कथापंढरीचा वारकरी राहिलो आहे.
पहिल्या दहा-वीस वर्षांत मी तरुण वारकरी होतो. चालण्यात काय किंवा अभंग आळवण्यात काय, माझ्या ठिकाणी दुर्दम्य उत्साह होता.
आता त्या उत्साहाची अपेक्षा करणं सृष्टिक्रमाला धरून होणार नाही.
तथापि, गेल्या काही वर्षांत ज्यांचा कथारूपानं माझ्या हातून आविष्कार झाला, असे काही अनुभव या संग्रहात प्रतिबिंबित झाले आहेत...
या संग्रहातील कथांनी कुणाचं थोडं सात्त्विक रंजन केलं, कुणाला थोडा वाङ्मयीन आनंद दिला, एखाद्याला त्यात दिलासा सापडला, तर त्या लिहिताना मला जो आनंद झाला, तो केवळ वैयक्तिक नव्हता, या जाणिवेनं माझं लेखन सफल झालं, असं मी मानेन.'